ตำราข้าว

ตั้งแต่เวอร์ชันคลาสสิกไปจนถึง เวอร์ชัน อาหาร

ค้นพบ 100 สูตรที่ดีที่สุดสำหรับป๊อปคอร์นที่อร่อยที่สุดที่คุณเคยลิ้ม ลอง

บิล เฮวิตต์

สารบัญ

5

การแนะนำ

หนังสือเล่มนี้เต็มไปด้วยสูตรข้าวโพดคั่วที่สนุกอย่างไม่น่าเชื่อและ
ราคาไม่แพงสำหรับทำเองที่บ้าน ด้วยสูตรอาหารแสนอร่อยกว่า 100
สูตร มีมากกว่ารสชาติคาราเมลและเชดดาร์ที่คุ้นเคย คุณจะพบสูตร
อาหารที่สร้างสรรค์ เช่น Pepperoni Pizza, Bacon Teriyaki, Taco Lime,
Gooey S'mores รวมถึงป๊อปคอร์นแสนสนุกสำหรับเด็ก ๆ และอีก
มากมายสำหรับวันหยุด ป๊อปคอร์นหลากหลายรสชาติเช่นนี้
หมายความว่ามีชุดที่สมบูรณ์แบบสำหรับทุกโอกาส ยิ่งไปกว่านั้น
ป๊อปคอร์นยังเป็นวีแก้นตามธรรมชาติ มังสวิรัติ และปราศจากกลูเตน
ซึ่งเป็นทางเลือกที่ดีสำหรับขนมขบเคี้ยวแปรรูปที่ไม่ดีต่อสุขภาพ

หนังสือที่มีชีวิตชีวานี้เป็นคู่มือข้าวโพดคั่วที่ชัดเจน!

1. <u>ข้าวโพดคั่วน้ำมะนาวสีชมพู</u>

ทำให้: 6 ถึง 8 เสิร์ฟ

วัตถุดิบ:
- กาต้มน้ำข้าวโพดสำหรับไมโครเวฟขนาด 3.2 ออนซ์หนึ่งถุง
- ผงเครื่องดื่มน้ำมะนาวสีชมพู 1 ½ ช้อนชา

คำแนะนำ:
a) เตรียมกาต้มน้ำข้าวโพดตามคำแนะนำในบรรจุภัณฑ์
b) นำถุงออกจากไมโครเวฟและเปิดอย่างระมัดระวัง
c) ในขณะที่ป๊อปคอร์นยังอุ่นอยู่ ให้เทผงเครื่องดื่มน้ำมะนาวสีชมพูลง
ไป
d) ใช้มือปิดปากถุงแล้วเขย่าอย่างแรงจนเข้ากัน
e) เสิร์ฟทันทีหรือเก็บในภาชนะที่มีอากาศถ่ายเท

2. <u>ข้าวโพดคั่ว สาหร่ายเกลียว ทอง</u>

ทำให้: 4 เสิร์ฟ

วัตถุดิบ:
- พาเมซานชีสขูด
- ผงกระเทียม
- ½ ช้อนโต๊ะเกล็ดเกล็ด
- พริกป่น พริกชี้ฟ้า หรือปาปริก้า
- สาหร่ายเกลียวทอง 1 ช้อนโต๊ะ

คำแนะนำ:
a) ทำข้าวโพดคั่วตามปกติ
b) **ส่วนผสม** ใด ๆ หรือทั้งหมดข้างต้น
c) ขณะที่ป๊อปคอร์นยังอุ่นอยู่ ให้ใส่เครื่องปรุงรสผสมลงไปแล้วเขย่า
แรง ๆ เพื่อให้ป๊อปคอร์นเคลือบทั่วถึงกัน

3. <u>ป๊อปคอร์นกำมะหยี่สีแดง</u>

ทำให้: 8 เสิร์ฟ

วัตถุดิบ:

- ป๊อปคอร์น 16 ถ้วยตวง
- 3 ถ้วยเค้กกำมะหยี่สีแดง
- 20 ออนซ์ ไวท์ช็อกโกแลตหรือลูกอมละลายสีขาว

คำแนะนำ

a) ป๊อปคอร์นโดยใช้ air popper ลงในชามใบใหญ่.

b) ละลายไวท์ช็อกโกแลตของคุณตามคำแนะนำบนบรรจุภัณฑ์

c) เทช็อกโกแลตที่ละลายแล้วลงบนป๊อปคอร์นแล้วคนให้เข้ากัน

d) เทป๊อปคอร์นลงบนเคาน์เตอร์ที่ปูกระดาษแว็กซ์แล้วโรยด้วยเศษกำมะหยี่สีแดง

e) ปล่อยให้แห้งสนิทก่อนรับประทาน

4. <u>Soufflés คาราเมลป๊อปคอร์นเค็ม</u>

ทำให้: 4

วัตถุดิบ:
- นมสด 125 มล
- ดับเบิ้ลครีม 125ml
- น้ำตาลทราย 105g
- ข้าวพุดดิ้ง 25g
- ฝักวานิลลา 1 ฝักแยก
- 75g เนยจืด นิ่ม
- 6 ไข่ขาว
- ข้าวโพดคั่ว 20g

ซอสคาราเมลเค็ม
- น้ำตาลทราย 100g และ 75g สำหรับ ramekins
- เนยเค็ม 45 กรัม หั่นเป็นชิ้นๆ
- ดับเบิ้ลครีม 60ml
- เกลือทะเล ½ ช้อนชา

คำแนะนำ:
a) อุ่นเตาอบที่ 140C และใส่แม่พิมพ์ซูเฟล่หรือราเม็งขนาด 9.5 ซม. x 5 ซม. สี่อันในตู้เย็นเพื่อแช่เย็น

b) ผสมนม ครีม น้ำตาล 15 กรัม ข้าว ฝักวานิลลา และเกลือเล็กน้อยในกระทะที่นำเข้าเตาอบ

c) ปิดฝาและอบประมาณ 2 ชั่วโมงหรือจนกว่าข้าวจะนุ่ม คนทุกๆ 30 นาที

d) นำฝักวานิลลาออก จากนั้นเทส่วนผสมลงในเครื่องปั่นและปั่นให้เป็นเนื้อข้นเนียน เพื่อให้แน่ใจว่าไม่มีเมล็ดข้าวหลงเหลืออยู่ ปิดฝาทิ้งไว้ให้เย็น

e) ในขณะเดียวกัน สำหรับซอสคาราเมล ให้โรยน้ำตาล 100 กรัมที่ก้นกระทะที่มีเนื้อหนา

f) ตั้งไฟสูงปานกลาง คอยดูน้ำตาลขณะที่เริ่มละลาย

g) เขย่ากระทะเป็นครั้งคราวเพื่อให้น้ำตาลที่ยังไม่ละลายกระจาย และเมื่อละลายแล้ว ให้ใช้ไม้พายซิลิโคนคนให้เข้ากัน ค่อยๆ ทุบให้เป็นก้อน

h) เมื่อเป็นของเหลวสีเหลืองอำพันที่เนียนละเอียด - ระวังอย่าให้มัน ไหม้ - คนเร็วๆ ในเนย

i) ค่อยๆ เทครีมลงไป คนให้เข้ากันจนเป็นซอสคาราเมลที่เป็นมันเงา ผัดเกลือทะเล พักไว้

j) เมื่อ ramekins เย็นสนิทแล้ว ให้นำออกจากตู้เย็นและทาเนยด้านใน ให้ทั่ว ตรวจดูให้แน่ใจว่าไม่มีจุดใดตกหล่น และแปรงจนถึงขอบ

k) ใส่น้ำตาล 75 กรัมลงในราเมกิ้น 1 อัน หมุนเพื่อให้ด้านในเคลือบ น้ำตาลอย่างทั่วถึง จากนั้นใส่น้ำตาลส่วนเกินลงในอันถัดไป ทำซ้ำ จนกว่าจะเคลือบทั้งหมด พักไว้

l) เทไข่ขาวลงในชามใบใหญ่แล้วตีด้วยตะกร้อมือไฟฟ้าด้วยความเร็ว สูงเป็นเวลา 1 นาที

m) ค่อยๆ ใส่หนึ่งในสี่ของน้ำตาลที่เหลือ ตีต่อไปอีกหนึ่งนาที จาก นั้นอีกหนึ่งในสี่

n) ทำซ้ำจนกว่าน้ำตาลทั้งหมดจะถูกรวมเข้าด้วยกัน

o) เมื่อใส่น้ำตาลทั้งหมดแล้ว ให้ตีต่ออีก 30 วินาทีจนตั้งยอดแข็งและ เงางาม

p) ในขณะเดียวกัน ใส่พุดดิ้งข้าวบดและซอสคาราเมลเค็ม 15 กรัมลง ในชามขนาดใหญ่ที่ทนความร้อนได้ซึ่งตั้งอยู่บนกระทะที่มีน้ำเดือด ปุดๆ

q) ค่อยๆ อุ่นส่วนผสมและคนให้เข้ากัน จากนั้นนำลงจากเตา

r) ตะล่อมหนึ่งในสี่ของไข่ขาวที่ตีแล้วลงในส่วนผสมพุดดิ้งข้าวเพื่อ ให้คลายตัว จากนั้นตะล่อมส่วนที่เหลือจนเข้ากันดี

s) อุ่นเตาอบที่ 200C.

t) ตักส่วนผสมซูเฟล่ลงในราเมกินที่เตรียมไว้ เติมให้เต็มเล็กน้อย

u) ใช้มีดจานสีปรับระดับจากด้านบน

v) ใช้นิ้วหัวแม่มือและนิ้วชี้ที่บีบไว้รอบขอบด้านในของราเมกินแต่ละ ชิ้นเพื่อให้แน่ใจว่าซูเฟล่จะลอยขึ้นตรงๆ

w) โรยด้านบนด้วยข้าวโพดคั่ว จากนั้นวางลงบนถาดอบและอบที่ชั้น กลางของเตาอบ

5. มัจฉะมะนาวป๊อปคอร์น

ทำให้: 2 เสิร์ฟ

วัตถุดิบ:
● น้ำมันมะพร้าว 1 ช้อนโต๊ะ
● เมล็ดข้าวโพดคั่ว ¼ ถ้วย
● น้ำตาล 2 ช้อนโต๊ะ
● เนยมังสวิรัติ 1 ช้อนโต๊ะ
● น้ำ ½ ช้อนชา
● ผงมัทฉะ 1 ช้อนชา
● ผิวมะนาวสับละเอียด 1 ช้อนชา

คำแนะนำ
a) ตั้งน้ำมันในหม้อหรือกระทะก้นลึกขนาดใหญ่บนไฟร้อนปานกลาง เพิ่มเมล็ดข้าวโพดคั่วสองสามเมล็ดลงในหม้อแล้วรอให้ป๊อปคอร์น
b) เมื่อแตกออกแล้ว ให้ใส่เมล็ดป๊อปคอร์นที่เหลือลงไป คนให้เคลือบด้วยน้ำมัน แล้วยกลงจากเตา รอ 30-50 วินาทีแล้ววางหม้อกลับลงบนเตา
c) ปิดฝาแล้วรอให้เมล็ดแตก เมื่อมันเริ่มแตก ให้เขย่าหม้อ 2-3 ครั้ง เพื่อให้แน่ใจว่าเมล็ดข้าวทั้งหมดสุกเท่ากัน ปรุงอาหารต่อไปจนกว่าเมล็ดทั้งหมดจะแตกออก นำออกจากเตาแล้วเทลงในชามผสมขนาดใหญ่
d) ใส่น้ำตาลและเนยมังสวิรัติลงในกระทะขนาดเล็ก คุณสามารถเพิ่มเกลือเล็กน้อยได้เช่นกัน ตั้งไฟปานกลางแล้วปล่อยให้เดือดประมาณ 1 นาที เติมน้ำ คนและปรุงต่ออีก 20 วินาที หรือจนกว่าน้ำตาลจะละลายหมด
e) เทป๊อปคอร์นลงไปพร้อมกับคนให้เข้ากันเพื่อให้เคลือบด้วยน้ำเชื่อม ร่อนผงมัทฉะลงบนป๊อปคอร์นแล้วคนให้เข้ากัน ใส่ผิวมะนาวลงไปผัดอีกครั้ง
f) เสิร์ฟทันที! ข้าวโพดคั่วนี้ควรเสิร์ฟในวันเดียวกัน แต่คุณสามารถอุ่นได้ในวันถัดไปในเตาอบที่อุ่นไว้ 350°F ประมาณ 5 นาที

6. แครนเบอร์รี่ป๊อปคอร์นบาร์

ทำให้: 4 เสิร์ฟ

วัตถุดิบ:
- ป๊อปคอร์นไมโครเวฟ 3 ออนซ์ ป๊อปคอร์น
- ไวท์ช็อกโกแลตชิป ¾ ถ้วยตวง
- แครนเบอร์รี่แห้งรสหวาน ¾ ถ้วยตวง
- มะพร้าวขูดฝอย ½ ถ้วยตวง
- อัลมอนด์ฝาน ½ ถ้วยตวง สับหยาบ
- มาร์ชเมลโลว์ 10 ออนซ์
- เนย 3 ช้อนโต๊ะ

คำแนะนำ:
a) วางถาดอบขนาด 13 นิ้ว x 9 นิ้ว รองด้วยอลูมิเนียมฟอยล์ ฉีดพ่นด้วยสเปรย์ผักที่ไม่ติดกระทะแล้วพักไว้ ในชามขนาดใหญ่โยนข้าวโพดคั่ว, ช็อคโกแลตชิป, แครนเบอร์รี่, มะพร้าวและอัลมอนด์ พักไว้ ในกระทะที่ตั้งไฟปานกลาง คนมาร์ชเมลโลว์และเนยจนละลายและเนียน

b) เทส่วนผสมของป๊อปคอร์นลงไปแล้วคลุกให้ทั่ว ถ่ายโอนไปยังกระทะที่เตรียมไว้อย่างรวดเร็ว

c) วางกระดาษไขทับด้านบน กดลงอย่างแน่นหนา แช่เย็นประมาณ 30 นาที หรือจนอยู่ตัว ยกบาร์ออกจากกระทะโดยใช้กระดาษฟอยล์เป็นที่จับ ลอกกระดาษฟอยล์และกระดาษไขออก ฝานเป็นแท่ง ทำใจให้สบายอีก 30 นาที

7. ลูกอมข้าวโพดคั่วลูก

ทำให้: 10

วัตถุดิบ:
- ป๊อปคอร์น 8 ถ้วยตวง
- ข้าวโพดหวาน 1 ถ้วย
- เนย ¼ ถ้วย
- เกลือ ¼ ช้อนชา
- 10 ออนซ์ pkg มาร์ชเมลโลว์

คำแนะนำ:
a) รวมข้าวโพดคั่วและข้าวโพดหวานในชามขนาดใหญ่ พักไว้ ละลายเนยในกระทะขนาดใหญ่บนไฟร้อนปานกลาง ผัดเกลือและมาร์ชเมลโลว์
b) ลดความร้อนลงเหลือไฟอ่อนและปรุงอาหาร โดยคนบ่อยๆ เป็นเวลา 7 นาที หรือจนกว่ามาร์ชเมลโล่จะละลายและส่วนผสมจะเนียน
c) เทส่วนผสมข้าวโพดคั่ว คนให้เข้ากัน เคลือบมือเบา ๆ ด้วยสเปรย์ผักและปั้นส่วนผสมข้าวโพดคั่วเป็นลูกขนาด 4 นิ้ว
d) ห่อลูกบอลทีละลูกในกระดาษแก้วหากต้องการ

8. มาร์ชเมลโล่ป๊อปคอร์นมิลค์เชค

ทำให้: 2 เสิร์ฟ

วัตถุดิบ:
- นมสด 1 ถ้วย
- ⅔ ถ้วยป๊อปคอร์น
- มาร์ชเมลโล่มินิ ½ ถ้วย
- ไอศครีมวานิลลา ⅔ ถ้วย
- เกลือ ¼ ช้อนชา

คำแนะนำ:
a) ใส่ป๊อปคอร์นลงในเครื่องปั่นและปั่นจนป๊อปคอร์นกลายเป็นเกล็ด ขนมปังละเอียด
b) จากนั้นใส่มาร์ชเมลโลว์ นม และไอศกรีมลงไป ปั่นจนเนียน
c) ชิมมิลค์เชคและดูว่ารสชาติเป็นอย่างไรก่อนโดยไม่ต้องเติมเกลือ
d) จากนั้นใส่มาร์ชเมลโลว์ นม และไอศกรีมลงไป ปั่นจนเนียน
e) ชิมมิลค์เชคและดูว่ารสชาติเป็นอย่างไรก่อนโดยไม่ต้องเติมเกลือ

9. กลุ่มคาราเมล Bourbon

สร้าง: 24 กลุ่ม

วัตถุดิบ:
- น้ำมันพืช 2 ช้อนโต๊ะ
- เมล็ดข้าวโพดคั่ว ⅓ ถ้วย
- เนยจากพืช 4 ช้อนโต๊ะ
- น้ำตาลทรายแดง 1½ ถ้วย อัดให้แน่น
- น้ำเชื่อมข้าวโพดอ่อน ½ ถ้วยตวง
- เบอร์เบิน 2 ช้อนโต๊ะ
- เกลือ ½ ช้อนชา
- เบกกิ้งโซดา ½ ช้อนชา
- พีแคนสับ 1 ถ้วยตวง

คำแนะนำ:

a) อุ่นเมล็ดข้าวโพดคั่ว 3 เมล็ดในน้ำมันพืชในหม้อขนาดกลางที่มีฝา ปิดบนไฟร้อนปานกลาง ใส่เมล็ดที่เหลือและปิดฝาหม้ออีกครั้งทันทีที่ เมล็ดแตก

b) ปรุงอาหารเป็นเวลา 3 นาที เขย่ากระทะตลอดเวลา หรือจนกว่า เมล็ดข้าวจะหยุดแตก

c) เปิดเตาอบที่ 350°F แล้วปูกระดาษรองอบด้วยอลูมิเนียมฟอยล์

d) สเปรย์ด้วยสเปรย์ทำอาหารที่ไม่ติด

e) ละลาย CannaButter ที่ทำจากพืชในกระทะ ใส่น้ำตาลทรายแดง และน้ำเชื่อมข้าวโพด

f) นำส่วนผสมไปต้ม กวนเป็นครั้งคราวเป็นเวลา 10 นาที หรือจนกว่า จะถึง 300° F

g) ปิดไฟแล้วใส่เบอร์เบิน เกลือ เบกกิ้งโซดา พีแคน และป๊อปคอร์น คลุกให้ทั่ว

h) โอนส่วนผสมไปยังถาดอบที่เตรียมไว้และจัดกลุ่ม

i) ปล่อยให้เย็นอย่างน้อย 30 นาทีก่อนเสิร์ฟ

10. ข้าวโพดคั่วพายุเฮอริเคน

ทำให้: 4 เสิร์ฟ

วัตถุดิบ:
- ข้าวโพดคั่วสด 1 ควอร์ต
- 1 ช้อนโต๊ะ เนยละลาย
- ซีอิ๊วขาว ½ **ช้อนชา**
- โนริฟูริคาเกะ 1 ช้อนโต๊ะ
- แครกเกอร์ข้าวญี่ปุ่น

คำแนะนำ:
a) ผสมซีอิ๊วขาวกับเนยละลาย ค่อยๆ หยดส่วนผสมเนยลงบนป๊อป
คอร์น กระจายให้ทั่วเท่าที่จะทำได้ ผสมให้เข้ากัน
b) โรยฟูริคาเคะเหนือป๊อปคอร์น คน/เขย่าให้ทั่วเพื่อกระจาย ผสมใน
แครกเกอร์ข้าว
c) โรยหน้าด้วยฟูริคาเคะเพิ่มเติม

11. ป๊อปคอร์น อัญชันมะนาว

ทำให้: 2 เสิร์ฟ

วัตถุดิบ:
● น้ำมันมะพร้าว 1 ช้อนโต๊ะ
● เมล็ดข้าวโพดคั่ว ¼ ถ้วย
● น้ำตาล 2 ช้อนโต๊ะ
● เนยมังสวิรัติ 1 ช้อนโต๊ะ
● น้ำ ½ ช้อนชา
● ผงอัญชัน 1 ช้อนชา
● ผิวมะนาวสับละเอียด 1 ช้อนชา

คำแนะนำ
a) ตั้งน้ำมันในหม้อหรือกระทะก้นลึกขนาดใหญ่บนไฟร้อนปานกลาง
b) เพิ่มเมล็ดข้าวโพดคั่วสองสามเมล็ดลงในหม้อแล้วรอให้ป๊อปคอร์น
c) เมื่อแตกออกแล้ว ให้ใส่เมล็ดป๊อปคอร์นที่เหลือลงไป คนให้เคลือบด้วยน้ำมัน แล้วยกลงจากเตา รอ 30-50 วินาทีแล้ววางหม้อกลับลงบนเตา
d) ปิดฝาแล้วรอให้เมล็ดแตก เมื่อมันเริ่มแตก ให้เขย่าหม้อ 2-3 ครั้ง เพื่อให้แน่ใจว่าเมล็ดข้าวทั้งหมดสุกเท่ากัน ปรุงอาหารต่อไปจนกว่าเมล็ดทั้งหมดจะแตกออก นำออกจากเตาแล้วเทลงในชามผสมขนาดใหญ่
e) ใส่น้ำตาลและเนยมังสวิรัติลงในกระทะขนาดเล็ก คุณสามารถเพิ่มเกลือเล็กน้อยได้เช่นกัน ตั้งไฟปานกลางแล้วปล่อยให้เดือดประมาณ 1 นาที เติมน้ำ คนและปรุงต่ออีก 20 วินาที หรือจนกว่าน้ำตาลจะละลายหมด
f) เทป๊อปคอร์นลงไปพร้อมกับคนให้เข้ากันเพื่อให้เคลือบด้วยน้ำเชื่อม
g) ร่อนดอกอัญชันลงบนป๊อปคอร์นแล้วคนให้เคลือบ ใส่ผิวมะนาวลงไปผัดอีกครั้ง
h) เสิร์ฟทันที

12. ทอปเบอโร นป๊อปคอร์น

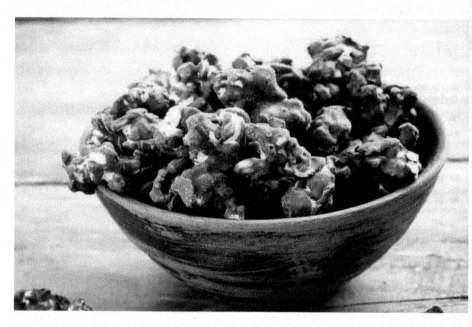

ทำให้: 1

วัตถุดิบ:
- ข้าวโพดคั่ว 1 ถุง
- ½ บาร์ทอปเบอโรน
- นม ⅓ ถ้วยตวง

คำแนะนำ
a) ป๊อปข้าวโพดคั่ว
b) ใส่ช็อกโกแลตและนมลงในหม้อ
c) เปิดความร้อนปานกลางถึงต่ำ
d) ในตอนแรกคนค่อนข้างบ่อยแล้วปล่อยให้ช็อกโกแลตตกตะกอนใน
ซอส
e) เมื่อเนื้อเนียนละเอียดแล้ว ให้ราดบนป๊อปคอร์น

13. ข้าวโพดคั่ว Spiced Stovetop

ทำให้: 10 ถ้วย

วัตถุดิบ:
- น้ำมัน 1 ช้อนโต๊ะ
- การัม มาซาล่า 1 ช้อนชา
- เมล็ดข้าวโพดคั่วดิบ ½ ถ้วย
- เกลือทะเลหยาบ 1 ช้อนชา

คำแนะนำ:
a) ตั้งน้ำมันในกระทะก้นลึกและหนักบนไฟร้อนปานกลาง.
b) ผัดในเมล็ดข้าวโพดคั่ว
c) เคี่ยวเป็นเวลา 7 นาทีโดยปิดฝาหม้อ
d) ปิดไฟและปล่อยข้าวโพดคั่วให้นั่งเป็นเวลา 3 นาทีโดยเปิดฝา
e) เพิ่มเกลือและ masala เพื่อลิ้มรส

14. ลูกข้าวโพดคั่ว

วัตถุดิบ:
- ป๊อปคอร์นที่คั่วแล้ว 7 ควอร์ต
- กากน้ำตาล 1 ถ้วย
- น้ำตาลทราย 1 ถ้วยตวง
- น้ำ ⅓ ถ้วยตวง
- เกลือ ½ ช้อนชา
- วานิลลา ½ ช้อนชา

คำแนะนำ:
a) วางข้าวโพดคั่วลงในถาดอบขนาดใหญ่ อุ่นในเตาอบ 200°
b) ใส่น้ำตาล กากน้ำตาล น้ำ และเกลือลงในกระทะขนาดใหญ่
c) ปรุงอาหารด้วยไฟปานกลางจนกระทั่งเครื่องวัดอุณหภูมิลูกอมอ่าน
ได้ 235° (ระยะลูกอ่อน)
d) นำออกจากความร้อน เพิ่มวานิลลา
e) เทลงบนป๊อปคอร์นทันทีแล้วคนให้เข้ากัน
f) เมื่อส่วนผสมเย็นพอที่จะจับได้ ให้ปั้นเป็น 3 นิ้วอย่างรวดเร็ว
ลูกบอลจุ่มมือในน้ำเย็นเพื่อป้องกันการติด

15. ข้าวโพดคั่วทอดด้วยเกลือกระเทียม

ทำให้ 1 เสิร์ฟ

วัตถุดิบ:
- น้ำมันมะกอก 2 ช้อนโต๊ะ
- เมล็ดข้าวโพดคั่ว ¼ ถ้วย
- เกลือกระเทียม 1 ช้อนชา
- สีผสมอาหาร

คำแนะนำ:
a) เปิดหม้อทอดอากาศที่ 380°F
b) ฉีกอลูมิเนียมฟอยล์สี่เหลี่ยมขนาดเท่าก้นหม้อทอดอากาศ   แล้วใส่ลงใน
หม้อทอดอากาศ
c) ราดน้ำมันมะกอกลงบนฟอยล์ แล้วเทเมล็ดป๊อปคอร์นลงไป
d) ย่างประมาณ 8 ถึง 10 นาที หรือจนกว่าข้าวโพดคั่วจะหยุดแตก
e) ย้ายข้าวโพดคั่วไปยังชามขนาดใหญ่และโรยด้วยเกลือกระเทียมและสี
ผสมอาหารก่อนเสิร์ฟ

16. ป๊อปคอร์นขอทาน

ทำให้: ประมาณ 4 ถ้วยโผล่ออกมา

วัตถุดิบ:
- เมล็ดข้าวโพดคั่ว 2 ช้อนโต๊ะ
- ฉีดสเปรย์ทำอาหารแบบนอนสติ๊ก 2 ครั้ง
- อบเชยเพื่อลิ้มรส
- พริกป่นเพื่อลิ้มรส
- พริกป่นเพื่อลิ้มรส
- ผงกระเทียมเพื่อลิ้มรส
- เกลือทะเล 1 ช้อนชา

คำแนะนำ

a)   ใส่ข้าวโพดคั่วที่ยังไม่สุกลงในถุงกระดาษสีน้ำตาล

b)   ฉีดพ่นด้านในถุงและเมล็ดด้วยสเปรย์ทำอาหารแบบนอนสติ๊ก จากนั้นพับด้านบนของถุงลงให้แน่น   5   ครั้งเพื่อให้มีที่ว่างสำหรับข้าวโพดคั่ว

c)   ไมโครเวฟเป็นเวลา 2 นาทีด้วยความร้อนสูงปานกลาง

d)   ปรุงรสด้วยอบเชย พริกป่น พริกป่น กระเทียม และเกลือ ปิดปากถุงอีกครั้งและเขย่าแรงๆ

17. ป๊อปคอร์นผสม อิตาเลี่ยน กรุบ กรอบ

ทำให้: 10 เสิร์ฟ

วัตถุดิบ:
- 10 ถ้วย ข้าวโพดคั่วข้าวตอก
- 3 ถ้วย ขนมข้าวโพดรูปแตรเดี่ยว
- ¼ ถ้วย มาการีนหรือเนย
- 1 ช้อนชา เครื่องปรุงรสอิตาเลี่ยน
- ½ ช้อนชา ผงกระเทียม
- ⅓ ถ้วย พาเมซานชีส

คำแนะนำ:
a) ในชามไมโครเวฟขนาดใหญ่ รวมข้าวโพดคั่วและขนมข้าวโพด
b) ในการวัดไมโครเซฟ 1 ถ้วย ให้ผสม ส่วนผสมอื่นๆ ยกเว้นชีส
c) ไมโครเวฟเป็นเวลา 1 นาทีโดยใช้ไฟ HIGH หรือจนมาการีนละลาย คน. เทส่วนผสมป๊อปคอร์นลงไป
d) คลุกเคล้าจนทุกอย่างเป็นเนื้อเดียวกัน นำเข้าไมโครเวฟ เปิดฝา 2-4 นาที จนสุก คนทุกนาที ควรโรยพาร์เมซานชีสไว้ด้านบน
e) เสิร์ฟร้อน

18. ไอศกรีมศรีราชาป๊อปคอร์น

ทำให้ประมาณ 1 ควอร์ต

วัตถุดิบ:
● ศรีราชา 3 ช้อนโต๊ะ
● ป๊อปคอร์นไร้ไขมันที่คั่วสดใหม่ 2 ถ้วยตวง
● เฮฟวี่ครีม 2¼ ถ้วยตวง
● ฐานไอศกรีมเปล่า

คำแนะนำ
a) วางแผ่นอบด้วยกระดาษ parchment เปิดเตาอบที่ 220°F. ใช้ไม้พายชดเชย กระจาย sriracha ในชั้นบาง ๆ ทั่วกระดาษ คายน้ำศรีราชาในเตาอบประมาณหนึ่งชั่วโมงหรือจนแห้งสนิท ปล่อยให้เย็นสนิท ณ จุดนี้ ควรลอกหรือขูดกระดาษออก ใส่ศรีราชาลงในถุงพลาสติกแล้วบดให้เป็นผง พักไว้
b) เริ่มด้วยข้าวโพดคั่วที่ยังอุ่นๆ หากคุณไม่มีป๊อปคอร์นสด คุณสามารถปิ้งป๊อปคอร์นแบบถุงเป็นเวลา 5 นาทีในเตาอบที่อุณหภูมิ 200°F หรือจนกว่าจะสังเกตเห็นกลิ่นหอมของป๊อปคอร์น ป๊อปคอร์นไร้ไขมันมีความสำคัญเนื่องจากไม่มีน้ำมันที่ป๊อปคอร์นทั่วไปทำ ซึ่งจะทำให้ไอศกรีมสำเร็จรูปมีความมันเยิ้ม
c) ในกระทะขนาดกลางบนไฟปานกลาง ใส่ป๊อปคอร์นลงในครีม นำไปเคี่ยวเป็นเวลา 3 ถึง 5 นาที ใช้กระชอนตาถี่วางบนชาม กรองของเหลว กดเพื่อให้แน่ใจว่าคุณได้รับครีมแต่งกลิ่นมากที่สุด อาจมีเนื้อป๊อปคอร์นออกมาเล็กน้อย แต่ไม่เป็นไร—มันอร่อย! สำรองของแข็งที่เหลือสำหรับ Popcorn Pudding ปล่อยให้ครีมเย็นสนิท
d) คุณจะสูญเสียครีมไปบางส่วนในการดูดซึม ดังนั้นให้ตวงครีมที่เหลือของคุณแล้วเติมตามต้องการเพื่อให้ได้ครีม 1¾ ถ้วยตวง
e) เตรียมฐานเปล่าตามคำแนะนำมาตรฐาน แต่ใช้ครีมผสมและลดน้ำตาลเป็น ¼ ถ้วย
f) เก็บในตู้เย็นค้างคืน เมื่อคุณพร้อมที่จะทำไอศกรีม ให้ปั่นส่วนผสมอีกครั้งด้วยเครื่องปั่นแบบแช่จนเนื้อเนียนและเป็นครีม
g) เทลงในเครื่องทำไอศกรีมและแช่แข็งตามคำแนะนำของผู้ผลิต
h) ก่อนที่ไอศกรีมจะปั่นเสร็จ ให้โรยผงศรีราชาและปล่อยให้เครื่องตีกระจายเกล็ด การเพิ่ม sriracha เร็วเกินไปจะทำให้น้ำคืนและทำให้เกิดริ้วของ sriracha แทนที่จะเป็นสะเก็ด
i) เก็บในภาชนะที่มีอากาศถ่ายเทและแช่แข็งข้ามคืน

19. ข้าวโพดคั่ว Acadian

วัตถุดิบ:

- หางกุ้งดิบ 2 ปอนด์ (หรือกุ้งตัวเล็ก)
- 2 ไข่ขนาดใหญ่
- ไวน์ขาวแห้ง 1 ถ้วย
- ข้าวโพดป่น ½ ถ้วยตวง
- แป้ง ½ ถ้วย
- กระเทียมสด 1 ช้อนโต๊ะ
- 1 กานพลูกระเทียมสับ
- ใบโหระพา ½ ช้อนชา
- เชอร์วิล ½ ช้อนชา
- เกลือกระเทียม ½ ช้อนชา
- พริกไทยดำ ½ ช้อนชา
- พริกป่น ½ ช้อนชา
- พริกปาปริก้า ½ ช้อนชา
- น้ำมันสำหรับทอด

คำแนะนำ:

a) ล้างกุ้งหรือกุ้งในน้ำเย็น สะเด็ดน้ำ พักไว้ตามต้องการ ตีไข่และไวน์ในชามใบเล็ก จากนั้นนำไปแช่เย็น ในชามขนาดเล็กอีกใบหนึ่ง ให้รวมแป้งข้าวโพด แป้ง กุ้ยช่ายฝรั่ง กระเทียม โหระพา เชอร์วิล เกลือ พริกไทย พริกป่น และปาปริก้า ค่อยๆ เท **ส่วนผสม แห้ง** ลงในส่วนผสมของไข่ ผสมให้เข้ากัน ปิดฝาแป้งแล้วปล่อยทิ้งไว้ 1-2 ชั่วโมงที่อุณหภูมิห้อง

b) อุ่นน้ำมันในเตาอบแบบดัตช์หรือหม้อทอดไฟฟ้าที่อุณหภูมิ 375°F บนเทอร์โมมิเตอร์

c) จุ่มอาหารทะเลแห้งลงในแป้งแล้วทอดเป็นชุดเล็กๆ ประมาณ 2-3 นาที พลิกกลับจนเป็นสีเหลืองทอง

d) นำกุ้ง (หรือกุ้ง) ออกด้วยช้อนที่มีรูแล้วซับให้ทั่วบนกระดาษชำระหลายๆ ชั้น เสิร์ฟบนจานร้อนพร้อมน้ำจิ้มที่คุณชอบ

20. ข้าวโพดคั่วมะนาวพริกไทยกับ Parmesan

ทำให้: 4

วัตถุดิบ:
- ป๊อปคอร์นอัดลม 4 ถ้วยตวง
- พาร์เมซานชีสขูด 2 ช้อนโต๊ะ
- ¾ ช้อนชา มะนาวพริกไทยปรุงรส

คำแนะนำ:
a) รวมส่วนผสมทั้งหมดลงในชามขนาดใหญ่
b) โยนให้เข้ากันและเสิร์ฟทันที

21. ป๊อปคอร์นโนริสาหร่าย

ทำให้: 6

วัตถุดิบ:
- งาดำหนึ่งช้อนโต๊ะ
- น้ำตาลทรายแดง หนึ่งช้อนโต๊ะ
- เกลือ ครึ่งช้อนชา
- น้ำมันมะพร้าว ครึ่งช้อนชา
- เมล็ดข้าวโพดคั่ว ครึ่งถ้วยตวง
- เนยสองช้อนโต๊ะ
- โนริสาหร่ายเกล็ด หนึ่งช้อนโต๊ะ

คำแนะนำ:

a) ในครกและสาก บดเกล็ดสาหร่ายโนริ เมล็ดงา น้ำตาล และเกลือให้เป็นผงละเอียด

b) ละลายน้ำมันมะพร้าวในกระทะก้นลึกขนาดใหญ่.

c) ใส่เมล็ดป๊อปคอร์น ปิดฝา และปรุงอาหารด้วยไฟปานกลางจนป๊อปคอร์นแตก

d) ใส่ข้าวโพดที่เหลือทันทีหลังจากที่ข้าวโพดแตกออก ปิดฝาและปรุงอาหาร เขย่ากระทะเป็นครั้งคราวจนกว่าเมล็ดทั้งหมดจะแตกออก

e) โอนป๊อปคอร์นไปยังชามใบใหญ่แล้วเทเนยละลายลงไปหากใช้

f) โรยส่วนผสมโนริทั้งหวานและเค็มแล้วใช้มือคลุกเคล้าให้เข้ากันจนเคลือบทุกชิ้น

g) โรยหน้าด้วยงาที่เหลือ

22. กาต้มน้ำข้าวโพด & จูบ

วัตถุดิบ:
- หม้อขนาดใหญ่พร้อมฝาปิด
- เมล็ดข้าวโพดคั่ว ½ ถ้วย
- น้ำมันพืช ¼ ถ้วยตวง
- น้ำตาลทรายขาว ¼ ถ้วยตวง
- เกลือเพื่อลิ้มรส
- มินิช็อกโกแลตชิป ½ ถ้วย

คำแนะนำ:
a) ใส่น้ำมันพืชลงในหม้อใบใหญ่.
b) หยอดเมล็ดข้าวโพดคั่วสามเมล็ดลงในน้ำมันเพื่อทดสอบอุณหภูมิ ระวังน้ำมันร้อนกระเซ็น!
c) เมื่อเมล็ดแตก ใส่น้ำตาลลงในน้ำมัน คนจนน้ำตาลละลาย จากนั้นใส่เมล็ดข้าวโพดคั่วที่เหลือ
d) เขย่าหม้อเพื่อเคลือบเมล็ดด้วยส่วนผสมของน้ำมัน/น้ำตาล ปิดฝาและปรุงอาหารต่อไปด้วยไฟปานกลาง ยกและเขย่าหม้อบ่อยๆ เพื่อป้องกันไม่ให้ป๊อปคอร์นไหม้
e) เมื่อการกระแทกช้าลงเหลือ 1 ครั้งทุกๆ 2-3 วินาที ให้ยกหม้อออกจากเตาแล้วเขย่าหม้อต่อไปจนกว่าการแตกจะหยุดลง
f) เทลงในชามใบใหญ่ทันที คนให้ป๊อปคอร์นจับตัวเป็นก้อน
g) เพิ่มเกลือเพื่อลิ้มรส
h) เพิ่มชิปช็อกโกแลตขนาดเล็กลงในข้าวโพดคั่วที่เย็นลงบางส่วน ผัดข้าวโพดคั่วกับช็อกโกแลต
i) เย็นสนิท

23. ข้าวโพดคั่วเครื่องเทศ Hakka

วัตถุดิบ:

- ผสมผสานเครื่องเทศ
- น้ำมันพืช 2 ช้อนโต๊ะ
- เมล็ดข้าวโพดคั่ว ½ ถ้วย
- เกลือโคเชอร์

คำแนะนำ:

a) ในกระทะหรือกระทะขนาดเล็กรวมเครื่องเทศของคุณ เมล็ดโป๊ยกั๊ก เมล็ดกระวาน กานพลู พริกไทย เมล็ดผักชี และเมล็ดยี่หร่า ปิ้งเครื่องเทศเป็นเวลา 5 ถึง 6 นาที

b) นำกระทะออกจากเตาแล้วใส่เครื่องเทศลงในครกและสากหรือเครื่องบดเครื่องเทศ บดเครื่องเทศให้เป็นผงละเอียดแล้วโอนไปยังชามขนาดเล็ก

c) ใส่อบเชยป่น ขิง ขมิ้น และพริกป่นลงไปผัดให้เข้ากัน พักไว้

d) ตั้งกระทะบนไฟร้อนปานกลางจนเริ่มมีควัน เทน้ำมันพืชและเนยใสลงไปผัดให้เคลือบกระทะ ใส่เมล็ดข้าวโพดคั่ว 2 เมล็ดลงในกระทะและปิดฝา

e) เมื่อเมล็ดแตก ใส่เมล็ดที่เหลือแล้วปิดฝา

f) เขย่าไปเรื่อย ๆ จนกว่าเสียงหยุดดังจะหยุดลง

g) ย้ายข้าวโพดคั่วไปยังถุงกระดาษขนาดใหญ่ เติมเกลือโคเชอร์ 2 หยิบมือและส่วนผสมของเครื่องเทศ 1½ ช้อนโต๊ะ พับปิดปากถุงแล้วเขย่า!

24. กลุ่มข้าวโพดคั่วคาราเมลกับถั่วลิสงคั่ว

ทำให้: 3 ปอนด์

วัตถุดิบ:
- ถั่วลิสงคั่ว 2¼ ถ้วย (300 กรัม)
- ป๊อปคอร์นคั่วในไมโครเวฟ 3 ถุง (200 กรัม)
- เบกกิ้งโซดา 1¼ ช้อนชา (6 กรัม)
- เกลือ 1½ ช้อนชา (8 กรัม)
- น้ำตาล 1 ถ้วย (200 กรัม)
- น้ำตาลทรายแดง ¾ ถ้วย (180 กรัม)
- น้ำเชื่อมเมเปิ้ล ¼ ถ้วย (84 กรัม)
- น้ำเชื่อมข้าวโพด ¼ ถ้วย (90 กรัม)
- เนย 6 ช้อนโต๊ะ (85 กรัม)

คำแนะนำ:
a) กระจายถั่วลิสงบนแผ่นอบที่มีกระดาษรองอบ อุ่นในเตาอบที่ 200F. จากนั้นวางข้าวโพดคั่วลงในชามใบใหญ่ข้างเตา ผสมเบกกิ้งโซดาและเกลือในชามเตรียมขนาดเล็กแล้ววางไว้ข้างเตา

b) ในกระทะขนาดใหญ่ 4 ควอร์ต ผัดน้ำตาล น้ำตาลทรายแดง น้ำเชื่อมเมเปิ้ล น้ำเชื่อมข้าวโพด และเนยบนไฟอ่อน เมื่อดูเหมือนว่าผลึกน้ำตาลละลายหมดแล้ว ให้นำไม้คนออก

c) แปรงด้านข้างของหม้อด้วยน้ำโดยใช้แปรงขนมอบที่สะอาดจนกว่าจะไม่มีคริสตัลที่ด้านข้างของหม้อ

d) วางเทอร์โมมิเตอร์ลูกอมลงในกระทะและปรุงอาหารโดยไม่ต้องกวนจนกว่าส่วนผสมจะถึง 290F

e) นำกระทะออกจากเตาแล้วใส่ส่วนผสมเบกกิ้งโซดาและเกลือลงไป วิธีนี้จะทำให้คาราเมลเกิดฟอง ดังนั้นเตรียมให้คาราเมลขึ้นอย่างรวดเร็ว กวนต่อไปจนกว่าฟองจะลดลงเล็กน้อย จากนั้นใส่ถั่วลิสงอุ่นลงไปผัด

f) เกลี่ยส่วนผสมคาราเมล-นัทให้ทั่วป๊อปคอร์น โยนป๊อปคอร์นอย่างรวดเร็วโดยใช้ไม้กวนความร้อนสูง 2 แท่ง จนกว่าป๊อปคอร์นทั้งหมดจะเคลือบเท่าๆ กัน

g) เทข้าวโพดคาราเมลลงบนแผ่นรองอบซิลิโคนหรือกระดาษรองอบ ใช้ไม้คนแตะข้าวโพดคั่วเบา ๆ ลงในชั้นที่เท่ากัน พักให้เย็นแล้วแบ่งเป็นกระจุกเล็กๆ

25. เอเชี่ยน ฟิวชั่น ปาร์ตี้ มิกซ์

ทำให้: ประมาณ 11 ถ้วย

วัตถุดิบ:
- ป๊อปคอร์นคั่ว 6 ถ้วย
- อาหารเช้าซีเรียลสี่เหลี่ยมข้าวบุกกรอบขนาดพอดีคำ 2 ถ้วย
- เม็ดมะม่วงหิมพานต์หรือถั่วลิสงคั่วไม่ใส่เกลือ 1 ถ้วย
- เพรทเซิลขนาดเล็ก 1 ถ้วย
- ถั่ววาซาบิ 1 ถ้วย
- $1/4$ ถ้วยตวง
- ซอสถั่วเหลือง 1 ช้อนโต๊ะ
- เกลือกระเทียม $1/2$ ช้อนชา
- เกลือปรุงรส $1/2$ ช้อนชา

คำแนะนำ

a) เปิดเตาอบที่ 250°F. ในถาดอบขนาด 9 x 13 นิ้ว ใส่ป๊อปคอร์น ซีเรียล เม็ดมะม่วงหิมพานต์ เพรทเซล และถั่วลันเตา

b) ในกระทะใบเล็ก ผสมมาการีน ซอสถั่วเหลือง เกลือกระเทียม และเกลือปรุงรส   ปรุงอาหารกวนบนไฟปานกลางจนมาการีนละลาย ประมาณ 2 นาที เทส่วนผสมป๊อปคอร์นลงไป คนให้เข้ากัน นำเข้าอบ ประมาณ 45 นาที กวนเป็นครั้งคราว เย็นสนิทก่อนเสิร์ฟ

26. ข้าวโพดคั่วข้ามพรมแดน

วัตถุดิบ:
- ข้าวโพดฝักอ่อน ¼ ถ้วย (8 ถ้วยตวง)
- เนยแข็งมอนเทอเรย์แจ็คขูดฝอย 1 ถ้วยตวง
- พริกป่น 2 ช้อนชา
- พริกปาปริก้า 2 ช้อนชา
- ยี่หร่าป่น 2 ช้อนชา

คำแนะนำ:
a) ข้าวโพดคั่วป๊อป ผสมเครื่องเทศลงในชีสขูด
b) โรยส่วนผสมลงบนข้าวโพดคั่วที่ไม่ได้ปรุงรสแล้วโยนจนเข้ากันดี

27. อัลมอนด์มอคค่าป๊อปคอร์น

วัตถุดิบ:
- กาแฟเข้มข้น ½ ถ้วยตวง
- น้ำเชื่อมข้าวโพดขาว ½ ถ้วยตวง
- ¼ ถ้วย เนย
- น้ำตาลทรายแดง 1 ถ้วยตวง
- โกโก้ 1 ช้อนโต๊ะ
- ข้าวโพดคั่ว ½ ถ้วยตวง
- อัลมอนด์ 1 ถ้วย; สับปิ้ง

คำแนะนำ:
a) ใส่กาแฟ น้ำเชื่อมข้าวโพด เนย น้ำตาลทรายแดง และโกโก้ลงในกระทะขนาดใหญ่
b) ปรุงอาหารด้วยความร้อนปานกลางถึง 280~ บนเครื่องวัดอุณหภูมิลูกอม
c) เทข้าวโพดคั่วและอัลมอนด์ลงไป

28. อัลมอนด์ทอฟฟี่ป๊อปคอร์น

วัตถุดิบ:

- น้ำตาล 1 ถ้วยตวง
- เนย ½ ถ้วยตวง
- น้ำเชื่อมข้าวโพดขาว ½ ถ้วยตวง
- น้ำเปล่า ¼ ถ้วยตวง
- อัลมอนด์ 1 ถ้วย; สับและปิ้ง
- วานิลลา ½ ช้อนชา
- ป๊อปคอร์น ½ ถ้วยตวง

คำแนะนำ:

a) ผสมน้ำตาล เนย น้ำเชื่อมข้าวโพด น้ำ และอัลมอนด์เข้าด้วยกันใน
กระทะขนาดใหญ่

b) ปรุงอาหารด้วยความร้อนปานกลางถึง 280~ บนเครื่องวัดอุณหภูมิ
ลูกอม

c) เพิ่มวานิลลา คนให้เข้ากันแล้วราดข้าวโพดคั่ว

29. ป๊อปคอร์น Amaretto

วัตถุดิบ:

- ข้าวโพดคั่ว Popped 3 ควอร์ต
- อัลมอนด์ทั้งเมล็ดที่ไม่ได้ลวก 1 ถ้วย
- มาการีนหรือเนย ½ ถ้วยตวง
- น้ำตาลทรายแดง ½ ถ้วยตวง
- อะมาเร็ตโต ½ ถ้วย

คำแนะนำ:

a) เตาอบความร้อนที่ 250F จัดเรียงข้าวโพดคั่วบน 2 เจลลี่โรลกระทะ; โรยอัลมอนด์บนป๊อปคอร์น ในกระทะขนาดเล็กละลายมาการีนบนไฟอ่อน ผัดน้ำตาลทรายแดงและอะมาเร็ตโต

b) นำไปต้มกวนเป็นครั้งคราว ต้ม 3 นาที

c) นำออกจากความร้อน เทข้าวโพดคั่ว โยนจนเคลือบอย่างทั่วถึง

d) อบที่ 200~ 1 ชั่วโมง; กระจายบนกระดาษฟอยล์หรือกระดาษไขให้เย็น

e) เก็บในภาชนะที่มีฝาปิดมิดชิด

30. แอพริคอตรักษาข้าวโพดคั่ว

วัตถุดิบ:

- ¼ ถ้วย เนย
- เยลลี่แอปริคอตหรือแยม 2 ช้อนโต๊ะ
- น้ำตาลทรายแดง 2 ช้อนโต๊ะ
- ป๊อปคอร์น ½ ถ้วยตวง
- มะพร้าวคั่ว ½ ถ้วยตวง
- อัลมอนด์อบ ½ ถ้วย
- แอปริคอตแห้งหั่นชิ้นเล็ก 1 ถ้วยตวง

คำแนะนำ:

a) ใส่เนย เจลลี่ และน้ำตาลทรายแดงลงในกระทะที่หนา

b) ปรุงอาหารด้วยความร้อนปานกลางถึง 235~ บนเครื่องวัดอุณหภูมิลูกอม

c) เทข้าวโพดคั่ว มะพร้าว อัลมอนด์ และแอปริคอตลงไป

31. <u>ป๊อปคอร์นนักบินอวกาศ</u>

วัตถุดิบ:
- ข้าวโพดคั่วป๊อป 8 ถ้วย
- น้ำตาล ½ ถ้วยตวง
- เครื่องดื่มรสส้มผง ½ ถ้วยตวง
- ⅓ ถ้วย น้ำเชื่อมข้าวโพดอ่อน
- ⅓ ถ้วยน้ำ
- ¼ ถ้วย เนย
- สารสกัดส้ม ½ ช้อนชา
- เบกกิ้งโซดา 1 ช้อนชา

คำแนะนำ:

a) วางข้าวโพดคั่วลงในถาดอบขนาดใหญ่ที่ทาเนย ในกระทะที่แยก
ต่างหาก รวมน้ำตาล เครื่องดื่มผสม น้ำเชื่อม น้ำ และเนย คนด้วยไฟ
ปานกลางจนน้ำตาลละลาย ปรุงอาหารจนส่วนผสมถึง 250~ บนเครื่อง
วัดอุณหภูมิลูกอม คนบ่อยๆ

b) นำออกจากเตาแล้วคนด้วยสารสกัดจากส้มและเบกกิ้งโซดา

c) เทข้าวโพดคั่วผสมให้เข้ากัน นำเข้าอบประมาณ 1 ชั่วโมง กวนเป็น
ครั้งคราว ปล่อยให้เย็นสนิท

32. ป๊อปคอร์นเบคอนชีส

วัตถุดิบ:

- ป๊อปคอร์น Popped 4 ควอร์ต
- ⅓ ถ้วย เนยละลาย
- ½ ช้อนชา เกลือปรุงรส
- เกลือ Hickory-smoked ½ ช้อนชา
- ชีสอเมริกันขูด ½ ถ้วย
- บิตเบคอน ⅓ ถ้วย

คำแนะนำ:

a) เทข้าวโพดคั่วสดลงในชามขนาดใหญ่
b) รวมมาการีนกับเกลือฮิกคอรีรมควัน
c) เทข้าวโพดคั่ว โยนให้เข้ากัน
d) โรยด้วยชีสและเบคอนบิต
e) โยนอีกครั้งและเสิร์ฟในขณะที่ยังอุ่นอยู่

33. <u>บายู ป๊อปคอร์น</u>

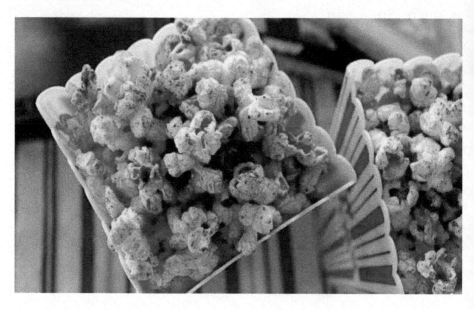

วัตถุดิบ:
- เนย 3 ช้อนโต๊ะ; หรือมาการีน
- ผงกระเทียม ½ ช้อนชา
- พริกป่น ½ ช้อนชา
- พริกปาปริก้า ½ ช้อนชา
- โหระพาแห้ง ½ ช้อนชา
- เกลือ ½ ช้อนชา
- ข้าวโพดคั่ว 12 ถ้วย

คำแนะนำ:
a) ในกระทะขนาดใหญ่ ละลายเนยกับน้ำผึ้ง ความร้อน.
b) ผัดส่วนผสมอื่น ๆ ยกเว้นข้าวโพดคั่ว ปรุงอาหารเป็นเวลา 1 นาที
c) เทป๊อปคอร์นลงไป คลุกเคล้าให้ทั่ว เสิร์ฟในครั้งเดียว

34. ป๊อปคอร์นบาร์บีคิว

วัตถุดิบ:
- ป๊อปคอร์นอบลมร้อน 6 ช้อนโต๊ะ เนย ⅓ ถ้วยตวง
- ซอสพริก 3 ช้อนโต๊ะ
- ผงหัวหอม 1 ช้อนชา
- พริกป่น 1 ช้อนชา เกลือ ½ ช้อนชา
- พาร์มีซานชีสขูด 2 ช้อนโต๊ะ

คำแนะนำ:
a) ใส่ป๊อปคอร์นลงในชามใบใหญ่. ในกระทะขนาดเล็กละลายมาการีน
b) ผัดซอสพริก หัวหอม พริกป่น และเกลือ
c) เทพริกที่ผสมไว้ลงไปบนป๊อปคอร์น คลุกเคล้าให้เข้ากัน
d) โรยด้วยชีสและโยน

35. บัฟฟาโลข้าวโพดร้อน

วัตถุดิบ:
- ข้าวโพดคั่ว 2 ½ quarts
- เศษข้าวโพดหักเล็กน้อย 2 ถ้วย
- ถั่วลิสงคั่วแห้ง 1 ถ้วย
- เนย ¼ ถ้วย
- 2 ช้อนโต๊ะ ซอสร้อนสไตล์หลุยเซียน่า
- 1 ช้อนชา เมล็ดผักชีฝรั่ง
- เกลือ ¼ ช้อนชา

คำแนะนำ:
a) ใส่ข้าวโพดคั่ว 2 ถ้วยลงในชามขนาดเล็ก พักไว้
b) รวมข้าวโพดคั่วที่เหลือกับข้าวโพดคั่วและถั่วลิสง
c) ในกระทะขนาดเล็ก ละลายเนยกับซอสร้อน เมล็ดขึ้นฉ่ายและเกลือ เทส่วนผสมของป๊อปคอร์น/ถั่วลิสง คลุกเบาๆ ให้เคลือบ กระจายบนถาดอบขนาด 15x10 นิ้ว
d) อบที่ 350'F เป็นเวลา 10 นาที นำออกจากถาดอบไปยังชามเสิร์ฟขนาดใหญ่ โยนข้าวโพดคั่วที่เหลืออีก 2 ถ้วย
e) เสิร์ฟทันทีหรือเก็บในภาชนะที่มีอากาศถ่ายเท

36. บัตเตอร์พีแคนป๊อปคอร์น

วัตถุดิบ:

- 8 c ป๊อปคอร์นที่คั่วแล้ว (ประมาณ ⅓ ถึง ½ ถ้วยตวงที่ยังไม่แตก)
- สเปรย์เคลือบนอนสติ๊ก
- ½ ถ้วยพีแคนหัก
- เนย 2 ช้อนโต๊ะ
- ⅓ c น้ำเชื่อมข้าวโพดอ่อน
- ส่วนผสมพุดดิ้งเนยพีแคนสำเร็จรูป ¼ ถ้วย
- วานิลลา ¼ ช้อนชา

คำแนะนำ:

a) ทิ้งเมล็ดข้าวโพดคั่วที่ยังไม่แกะออก

b) สเปรย์กระทะย่างขนาด 17x12x2 นิ้วเคลือบสารกันติด

c) ใส่ข้าวโพดคั่วและถั่วพีแคนลงในกระทะ

d) เก็บป๊อปคอร์นอุ่นในเตาอบ 300 องศาเป็นเวลา 16 นาที คนให้เข้ากันระหว่างการอบ

e) นำกระทะออกจากเตาอบ

f) เปิดส่วนผสมลงบนแผ่นฟอยล์ขนาดใหญ่ เย็นข้าวโพดคั่วอย่างสมบูรณ์

g) เมื่อเย็นแล้วให้หั่นเป็นชิ้นใหญ่

h) เก็บข้าวโพดคั่วที่เหลือ ปิดฝาให้แน่น ในที่เย็นและแห้งนานถึง 1 สัปดาห์

37. บราวนี่บัตเตอร์สก็อต A-Poppin

วัตถุดิบ:

- น้ำตาลทรายแดงเข้ม 1 ถ้วย อัดให้แน่น
- น้ำมันพืช ¼ ถ้วยตวง
- ไข่ 1 ฟอง
- วานิลลา 1 ช้อนชา
- ¾ ถ้วยตวง ข้าวโพดคั่วบดละเอียด
- ผงฟู 1 ช้อนชา
- เกลือ ½ ช้อนชา

คำแนะนำ:

a) เปิดเตาอบที่ 350? F (177? C) ทาเนยในถาดอบขนาด 8 นิ้ว
b) ในชามขนาดใหญ่ผัดน้ำตาลทรายแดงน้ำมันและไข่จนเนียน
c) ผสมถั่วและวานิลลา
d) ผสมป๊อปคอร์นบด ผงฟู และเกลือเข้าด้วยกัน
e) ใส่ส่วนผสมน้ำมันคนให้เข้ากัน
f) กระจายอย่างสม่ำเสมอในกระทะที่ทาเนย
g) นำเข้าอบประมาณ 20 นาทีหรือจนเป็นสีน้ำตาล
h) ตัดเป็นชิ้นสี่เหลี่ยมในขณะที่ยังอุ่นอยู่
i) ทำบราวนี่ได้ 16 ชิ้น

38. Butterscotch Popcorn Crunch

วัตถุดิบ:
- ข้าวโพดคั่วที่ยังไม่คั่ว ½ ถ้วย
- น้ำตาลทรายแดง 1 ถ้วยบรรจุ
- น้ำเชื่อมข้าวโพดอ่อน ½ ถ้วยตวง
- เนย ½ ถ้วยตวง
- ชิป Butterscotch ¼ ถ้วย
- สารสกัดวานิลลา 1 ช้อนชา
- เบกกิ้งโซดา ½ ช้อนชา
- เกลือ ¼ ช้อนชา
- วอลนัทปิ้ง 2 ถ้วย

คำแนะนำ:

a) เตาอบความร้อนที่ 250 จาระบีกระทะย่างขนาด 14x10 นิ้ว ป๊อปข้าวโพดคั่ว

b) ใส่ถั่วและข้าวโพดคั่วลงในชามขนาดใหญ่มาก   นำน้ำตาลทรายแดง คอร์นไซรัป และเนยตั้งไฟ คนจนน้ำตาลละลาย

c) ลดความร้อนและปรุงอาหารเป็นเวลา 5 นาที นำออกจากความร้อน ผสมบัตเตอร์สก็อตชิป วานิลลา เบกกิ้งโซดา และเกลือจนเข้ากันและเนียน ทำงานอย่างรวดเร็วและใช้ช้อนไม้ 2 ช้อนเทน้ำเชื่อมลงบนป๊อปคอร์นและถั่ว คนให้เข้ากัน

d) เทส่วนผสมลงในกระทะ อบ 45 นาที กวนเป็นครั้งคราว

e) นำออกจากเตาอบ พักส่วนผสมให้เย็นในกระทะประมาณ 15 นาที เปิดส่วนผสมออกจากถาดบนกระดาษฟอยล์เพื่อให้เย็นสนิท

f) แบ่งข้าวโพดคั่วเป็นชิ้นเล็ก ๆ เก็บในภาชนะบรรจุภัณฑในที่แห้งและเย็นนานถึง 2 สัปดาห์ ทำให้ประมาณ 4 ควอร์ต

39. เคจันป๊อปคอร์น

วัตถุดิบ:
- เนย ½ ถ้วย ละลาย
- พริกปาปริก้า 2 ช้อนชา
- 2 ช้อนชา มะนาวพริกไทยปรุงรส
- เกลือ 1 ช้อนชา
- ผงกระเทียม 1 ช้อนชา
- ผงหัวหอม 1 ช้อนชา
- ¼ ช้อนชา พริกแดงป่น
- ป๊อปคอร์นคั่ว 20 ถ้วยตวง

คำแนะนำ:
a) เปิดเตาอบที่ 300 ผสมมาการีน พริกหยวก พริกมะนาว เกลือ ผงกระเทียม ผงหัวหอม และพริกแดงในชามใบเล็ก
b) วางข้าวโพดคั่วลงในถาดอบขนาดใหญ่ เทส่วนผสมเนยลงบนป๊อปคอร์นแล้วคนให้เข้ากัน นำเข้าอบ 15 นาที คนทุกๆ 5 นาที
c) นำออกจากเตาอบ เจ๋งมาก เก็บในภาชนะที่มีอากาศถ่ายเท
d) ข้าวโพดคั่วใช้พื้นที่มากถึง 37 เท่าของข้าวโพดที่ยังไม่แตก

40. ลูกกวาดแอปเปิ้ลข้าวโพดคั่ว

วัตถุดิบ:
- เนย 2 ช้อนโต๊ะ
- น้ำตาล 2 ช้อนโต๊ะ
- น้ำตาลทรายแดง 2 ช้อนโต๊ะ
- กากน้ำตาล ¼ ถ้วยตวง
- น้ำเชื่อมข้าวโพดสีขาว ¼ ถ้วย
- อบเชย ¼ ช้อนชา
- ขิง ⅛ช้อนชา
- ds กานพลู
- ข้าวโพดคั่ว ½ ถ้วย; โผล่
- วอลนัท 1 ถ้วย; สับปิ้ง
- แอปเปิ้ลแห้ง 1 ถ้วย; ตัดเล็ก

คำแนะนำ:
a) ใส่เนย, น้ำตาล, น้ำตาลทรายแดง, กากน้ำตาล, น้ำเชื่อมข้าวโพด, อบเชย, ขิงและกานพลูลงในกระทะหนา

b) ปรุงอาหารด้วยความร้อนปานกลางถึง 280~ บนเครื่องวัดอุณหภูมิลูกอม

c) เทข้าวโพดคั่ว วอลนัท และแอปเปิ้ลลงไป ปั้นเป็นก้อนกลม

41. ป๊อปคอร์นคาราเมล

วัตถุดิบ:

- น้ำตาลทรายแดง 2 ถ้วยตวง
- น้ำเชื่อมข้าวโพดเข้ม ½ ถ้วย
- เนย 1 ถ้วย
- สารสกัดวานิลลา 1 ช้อนชา
- ครีมออฟทาร์ทาร์ 1 ห่อ
- เกลือเพื่อลิ้มรส
- เบกกิ้งโซดา ½ ช้อนชา
- ข้าวโพดคั่ว 8 ควอร์ต; โผล่

คำแนะนำ:

a) รวมน้ำตาล น้ำเชื่อม และเนยลงในกระทะ

b) นำไปต้มและปรุงอาหารเป็นเวลา 5 นาที

c) นำลงจากเตาแล้วเติมวานิลลา ครีมออฟทาร์ทาร์ เกลือ และเบกกิ้งโซดา

d) ผัดจนสีอ่อนลงและเพิ่มปริมาณ

e) เทส่วนผสมลงบนป๊อปคอร์นแล้วโยนให้เข้ากัน

f) วางในกระทะย่าง

g) อบที่ 200 องศา 1 ชั่วโมง คน 2 หรือ 3 ครั้ง

h) เทลงบนกระดาษไขแล้วแยกไว้ให้เย็น

i) ทำให้ 8 ควอร์ต

42. เชดดาร์ป๊อปคอร์น

วัตถุดิบ:
- ⅔ c ป๊อปคอร์นที่ยังไม่แกะ
- ⅓ ค. เนย
- เชดดาร์ชีสขูดละเอียด 1 ถ้วยตวง
- เกลือและพริกไทยเพื่อลิ้มรส

คำแนะนำ:
a) ป๊อปข้าวโพดคั่ว ละลายเนย
b) บดพริกไทยลงในเนย คน.
c) ใส่ชีสลงในป๊อปคอร์น.
d) เทส่วนผสมเนยลงด้านบนและเกลือ

43. เชอร์รี่ป๊อปคอร์น

วัตถุดิบ:
- ป๊อปคอร์นอัดลม 2 ½ ควอร์ต สเปรย์กลิ่นเนย
- เจลาตินรสเชอร์รี่ 1 ห่อ

คำแนะนำ:
a) ใส่ป๊อปคอร์นลงในชามใบใหญ่   แล้วฉีดน้ำมันกลิ่นเนยลงไปเล็ก
น้อย
b) โรยด้วยเจลาติน นำเข้าเตาอบ 350 องศาเป็นเวลาห้านาที
c) เจลาตินจะละลายเล็กน้อยและติดกับป๊อปคอร์น

44. ไก่ป๊อปคอร์น

วัตถุดิบ:
- เนย 2-½ ช้อนโต๊ะ
- น้ำซุปไก่ 1 ก้อน
- ข้าวโพดคั่ว Popped 2 ควอร์ต
- เกลือเพื่อลิ้มรส

คำแนะนำ:
a) ละลายเนยบนไฟอ่อน ละลายน้ำซุปก้อนในเนยละลาย
b) ฝนตกปรอยๆบนข้าวโพดคั่ว เพิ่มเกลือเพื่อลิ้มรส ทำให้ 2 ควอร์ต

45. ข้าวโพดคั่วพริก

วัตถุดิบ:
- เกลือ 1 ช้อนชา
- พริกป่น 1 ช้อนชา
- ผงกระเทียม ½ ช้อนชา
- ยี่หร่าป่น 1 ช้อนชา
- เกล็ดหัวหอมแห้ง 1 ช้อนโต๊ะ
- พริกป่นเพื่อลิ้มรส
- ป๊อปคอร์น ½ ถ้วยตวง
- เนยเพื่อลิ้มรส

คำแนะนำ:
a) ผสมเกลือ พริกป่น ผงกระเทียม ผงยี่หร่า หัวหอมป่น และพริกป่น ผสมให้เข้ากัน
b) ใช้หนึ่งหรือสองช้อนชาต่อข้าวโพด ½ ถ้วย ทาด้วยเนย
c) อะไรมีหูแต่ไม่ได้ยิน?
d) ก้านของ (popping) ข้าวโพด

46. ความสุขของข้าวโพดคั่วจีน

วัตถุดิบ:

- ป๊อปคอร์นที่คั่วแล้ว 2 ½ ควอร์ต
- บะหมี่ Chow Mein 1 ถ้วย สามารถเลือกได้
- ถั่วลิสง ½ ถ้วยตวง
- น้ำมันถั่วลิสง ⅓ ถ้วยตวง
- ซอสถั่วเหลือง 2 ช้อนโต๊ะ
- ผงห้าเครื่องเทศ 1 ช้อนชา
- ผงกระเทียม ½ ช้อนชา
- เกลืองาหรือเกลือป่น ½ ช้อนชา
- ขิงบด ½ ช้อนชา
- พริกป่น ¼ ช้อนชา
- น้ำตาล ⅛ ช้อนชา

คำแนะนำ:

a) เก็บป๊อปคอร์น บะหมี่ และถั่วลิสงให้อุ่น

b) รวมส่วนผสมอื่น ๆ และผสมให้เข้ากัน

c) ค่อยๆ เทส่วนผสมป๊อปคอร์นลงไป คลุกเคล้าให้เข้ากัน

d) เทลงในกระทะย่างขนาดใหญ่ อุ่นในเตาอบ 300 องศาฟาเรนไฮต์ ประมาณ 5-10 นาที คนหนึ่งครั้ง

47. ป๊อปคอร์นรสช็อกโกแลตครีม

วัตถุดิบ:
- ข้าวโพดคั่ว 2 ควอร์ต
- น้ำตาล 1 ถ้วยตวง
- น้ำเปล่า ½ ถ้วยตวง
- ⅓ c น้ำเชื่อมข้าวโพด
- เกลือ ¼ ช้อนชา
- มาการีน 3 ช้อนโต๊ะ
- ⅓ c ชิ้นช็อกโกแลต
- สารสกัดวานิลลา 1 ช้อนชา

คำแนะนำ:

a) ทาชามขนาดใหญ่เล็กน้อย ในนั้นวางข้าวโพดคั่ว ผสมน้ำตาล น้ำคอร์นไซรัป และเกลือลงในกระทะ

b) ปรุงอาหารด้วยความร้อนปานกลางถึง 240 องศา F.

c) เพิ่มมาการีน เมื่อมันละลาย เพิ่มช็อคโกแลต ผัดวานิลลา

d) ค่อยๆ เทน้ำเชื่อมร้อนๆ ลงบนข้าวโพดคั่ว คนตลอดเวลาด้วยส้อมสองอัน

e) กวนต่อไปจนกว่าข้าวโพดจะเคลือบและน้ำเชื่อมหมดความมัน

f) เมื่อส่วนผสมเย็นลง เก็บในภาชนะที่มีฝาปิดมิดชิด

48. ป๊อปคอร์นสี่เหลี่ยมเคลือบช็อกโกแลต

วัตถุดิบ:
● ป๊อปคอร์นป๊อปคอร์นไมโครเวฟ 1 ชิ้น
● เนย 2 ช้อนโต๊ะ
● มาร์ชเมลโลว์ขนาดเล็ก 10 ½ ออนซ์
● ¼ ถ้วย ช็อกโกแลตพร้อมทา - ฟรอสติ้ง
● ถั่วลิสงอบเกลือ ½ ถ้วยตวง
● ⅓ c ช็อกโกแลตพร้อมทา - ฟรอสติ้ง

คำแนะนำ:
a) ทากระทะขนาด 9x13 นิ้ว
b) นำเมล็ดข้าวโพดคั่วที่ยังไม่แตกออกและทิ้งไป
c) ใส่เนยลงในชามที่สามารถเข้าไมโครเวฟได้ขนาด 4 ควอร์ต
d) นำเข้าไมโครเวฟ เปิดไฟสูง ประมาณ 30 วินาที หรือจนละลาย
e) ผัดมาร์ชเมลโลว์และฟรอสติ้งจนมาร์ชเมลโลว์เคลือบ
f) เปิดไมโครเวฟ 2-3 นาที คนทุกนาที จนส่วนผสมเนียน
g) พับถั่วลิสงและข้าวโพดคั่วจนเคลือบ
h) กดส่วนผสมลงในกระทะ
i) กระจายด้วยช็อคโกแลตเคลือบ เย็น.
j) ตัดเป็นแท่ง
k) CHOCOLATE GLAZE: วางพร้อมที่จะกระจายเปลือกน้ำ rost าลใน
ชามขนาดเล็กที่เข้าไมโครเวฟได้
l) ไมโครเวฟ เปิดไฟสูง ประมาณ 30 วินาที หรือจนละลาย

49. อบเชยแอปเปิ้ลข้าวโพดคั่ว

วัตถุดิบ:
- แอปเปิ้ลแห้งสับ 2 ถ้วย
- 10 ถ้วย Popped ข้าวโพดคั่ว
- พีแคน 2 ถ้วยครึ่ง
- 4 ช้อนโต๊ะ เนยละลาย
- อบเชย 1 ช้อนชา
- ลูกจันทน์เทศ ¼ ช้อนชา
- น้ำตาลทรายแดง 2 ช้อนโต๊ะ
- วานิลลาสกัด ¼ ช้อนชา

คำแนะนำ:
a) เปิดเตาอบที่ 250 องศา วางแอปเปิ้ลลงในถาดอบก้นตื้นขนาดใหญ่. นำเข้าอบประมาณ 20 นาที นำกระทะออกจากเตาอบแล้วคนในข้าวโพดคั่วและถั่ว
b) รวมส่วนผสมอื่น ๆ ในชามขนาดเล็ก
c) ผสมเนยราดบนส่วนผสมข้าวโพดคั่ว คนให้เข้ากัน นำเข้าอบ 30 นาที คนทุกๆ 10 นาที
d) เทลงบนกระดาษไขพักให้เย็น เก็บในภาชนะที่มีอากาศถ่ายเท
e) ทำให้ 14 ถ้วยผสม

50. โกโก้ป๊อปฟัดจ์

วัตถุดิบ:
- น้ำตาล 2 ถ้วยตวง
- 2 สี่เหลี่ยมช็อคโกแลตไม่หวาน
- นมข้นหวาน ¼ ถ้วยตวง
- ¾ ถ้วยน้ำ
- ข้าวโพดคั่วสับละเอียด 1½ ถ้วยตวง
- เนย 1 ช้อนโต๊ะ
- วนิลา
- เกลือ ⅛ ช้อนชา

คำแนะนำ:

a) ละลายช็อกโกแลตในกระทะ ใส่น้ำตาล นม น้ำ เนย และเกลือ

b) ต้มจนนิ่ม (234 - 238 F) นำออกจากไฟ ใส่เครื่องปรุงและข้าวโพดคั่ว

c) เย็นถึงอุณหภูมิห้อง ผัดจนเป็นครีม เทลงในกระทะก้นตื้นที่ทาเนยอย่างดี ตัดเป็นสี่เหลี่ยม

51. ป๊อปคอร์นมะพร้าวพีแคน

วัตถุดิบ:

- 16 ถ้วยป๊อปคอร์น Popped
- 1 แพ็คเกจผสมเปลือกน้ำตาลมะพร้าวพีแคน
- เนย ½ ถ้วยตวง
- น้ำเชื่อมข้าวโพดอ่อน ¼ ถ้วย น้ำเปล่า ⅓ ถ้วย
- เกลือ ½ ช้อนชา
- เบกกิ้งโซดา ½ ช้อนชา

คำแนะนำ:

a) เตาอบความร้อนที่ 200F แบ่งข้าวโพดคั่วระหว่าง 2 กระทะสี่เหลี่ยม ที่ไม่มีไขมัน ส่วนผสมฟรอสติ้ง (แห้ง), มาการีน, คอร์นไซรัป, น้ำ และ เกลือ กวนเป็นครั้งคราวจนเป็นฟองรอบขอบ

b) ปรุงอาหารต่อไปด้วยไฟปานกลางเป็นเวลา 5 นาที กวนเป็นครั้ง คราว นำออกจากความร้อน ผัดเบกกิ้งโซดาจนเป็นฟอง

c) เทข้าวโพดคั่ว คนจนแป้งเคลือบ นำเข้าอบ 1 ชั่วโมง คนทุกๆ 15 นาที เก็บในภาชนะที่มีอากาศถ่ายเท ทำให้ 16 ถ้วย

52. พายข้าวโพดคั่วมะพร้าว

วัตถุดิบ:

● ป๊อปคอร์นป๊อปคอร์น 2 ควอร์ต ไม่ใส่เกลือ
● มะพร้าวขูด 1 กระป๋อง (4 ออนซ์) ปิ้ง
● น้ำตาล 1 ถ้วย
● น้ำเชื่อมข้าวโพดอ่อน 1 ถ้วย
● เนย ½ ถ้วยตวง
● น้ำเปล่า ¼ ถ้วยตวง
● เกลือ 2 ช้อนชา
● วานิลลา 1 ช้อนชา
● วานิลลา 1 ควอร์ต ไอศกรีมสปูโมนีหรือเนยพีแคน
● ผลไม้แช่แข็งหรือซอสช็อคโกแลตหวานสดหรือละลายน้ำแข็ง

คำแนะนำ:

a) ผสมข้าวโพดคั่วและมะพร้าวในชามขนาดใหญ่ที่ทาเนย
b) ผสมน้ำตาล น้ำเชื่อม เนยหรือมาการีน น้ำ และเกลือลงในกระทะ
c) นำไปตั้งไฟอ่อน คนจนน้ำตาลละลาย ต้มต่อจนน้ำเชื่อมถึงจุดแตก แข็ง (290-295 องศาฟาเรนไฮต์) ผัดวานิลลา
d) เทน้ำเชื่อมลงในส่วนผสมของป๊อปคอร์น คนจนอนุภาคเคลือบด้วยน้ำเชื่อมอย่างสม่ำเสมอ
e) เปิดส่วนผสมข้าวโพดคั่วครึ่งหนึ่งลงบนถาดพิซซ่าขนาด 12 นิ้วที่ทาเนยแล้ว แผ่เป็นชั้นบาง ๆ ปิดกันกระทะ
f) ทำเครื่องหมายออกเป็นเสิร์ฟรูปลิ่ม ทำซ้ำโดยใช้ส่วนผสมข้าวโพดคั่วที่เหลือ เย็น. ปิดหนึ่งชั้นด้วยไอศกรีม ด้านบนด้วยป๊อปคอร์นชั้นที่สอง
g) เก็บในช่องแช่แข็ง เพื่อให้บริการตัดเป็นชิ้น
h) เสิร์ฟเปล่าหรือกับผลไม้หรือซอสที่ต้องการ

53. เสียงแคร็ก

วัตถุดิบ:
- กากน้ำตาล 1 ถ้วย
- น้ำตาล 1 ถ้วยตวง
- 3 quarts ข้าวโพดคั่ว
- เกลือ ½ ช้อนชา
- เนย 1 ช้อนโต๊ะ ละลายเนย

คำแนะนำ:
a) ใส่น้ำตาล เกลือ และกากน้ำตาล เดือดจนถึงขั้นแตกยาก (285 - 29 0 F)
b) เทลงบนข้าวโพด คนขณะเท กระจายเป็นชั้นบาง ๆ ให้เย็น
c) แตกเป็นชิ้นๆ.

54. ลูกข้าวโพดคั่วแครนเบอร์รี่

วัตถุดิบ:

- น้ำตาล 2 ถ้วยตวง
- แครนเบอร์รี่ - ส้มแช่แข็ง 1 ถ้วยตวง
- น้ำแครนเบอร์รี่ ½ ถ้วยตวง
- น้ำเชื่อมข้าวโพดอ่อน ½ ถ้วยตวง
- น้ำส้มสายชู 1 ช้อนชา เกลือ ½ ช้อนชา
- 5 quarts ป๊อปคอร์นคั่วที่ไม่ใส่เกลือ

คำแนะนำ:

a) รวมส่วนผสมทั้งหมดยกเว้นข้าวโพดคั่วในกระทะหนา   นำไปต้ม; ลดความร้อนและปรุงอาหารที่อุณหภูมิ 250 องศาฟาเรนไฮต์บนเครื่อง วัดอุณหภูมิลูกอม ส่วนผสมจะเกิดฟองในกระทะ ระวังอย่าให้เดือด เท ลงบนป๊อปคอร์นร้อนๆ ช้าๆ แล้วผสมจนเข้ากันดี พักไว้ 5 นาทีหรือ จนกว่าส่วนผสมจะปั้นเป็นก้อนกลมได้ง่าย ปั้นเป็นก้อนกลมขนาด 3 นิ้ว

55. แกงกะหรี่ Parmesan Popcorn

วัตถุดิบ:
- เนย ½ ถ้วยตวง ละลาย
- ⅓ c พาเมซานชีสขูด
- เกลือ ½ ช้อนชา
- ผงกะหรี่ ¼ ช้อนชา
- ข้าวโพดคั่ว 12 ถ้วย (ป๊อปคอร์นแล้ว)

คำแนะนำ:
a) ผสมมาการีน ชีส เกลือ และผงกะหรี่
b) เทข้าวโพดคั่ว โยน.

56. ลูกข้าวโพดคั่วขี้เมา

วัตถุดิบ:

- ข้าวโพดคั่ว Popped 2 ควอร์ต
- วิสกี้ผสมเปรี้ยวแห้ง ½ ถ้วย (ผสมเครื่องดื่ม 2 ซอง)
- น้ำตาล ½ ถ้วยตวง
- เกลือ ¼ ช้อนชา
- น้ำเชื่อมข้าวโพดอ่อน ¼ ถ้วย
- น้ำเปล่า ½ ถ้วยตวง
- น้ำส้มสายชู ½ ช้อนชา

คำแนะนำ:

a) เปิดเตาอบที่ 250 วางข้าวโพดคั่วลงในถาดอบขนาดใหญ่ 4 นิ้วที่ทาเนย ให้ความอบอุ่นมากเกินไป

b) รวมส่วนผสมอื่น ๆ ลงในกระทะขนาดใหญ่ ปรุงอาหารจนส่วนผสมถึง 250 บนเครื่องวัดอุณหภูมิลูกอม นำข้าวโพดคั่วออกจากเตาอบ เทส่วนผสมของน้ำเชื่อมลงบนป๊อปคอร์น

c) คลุกเคล้าให้เข้ากันเป็นรูปร่าง!!

57. ป๊อปคอร์นอบผลไม้

วัตถุดิบ:

- ข้าวโพดคั่วปรุงสุก 7 ถ้วย
- ชิ้นพีแคน 1 ถ้วย
- ¾ ถ้วย เชอร์รี่แดงหวานตัดขึ้น
- ¾ ถ้วยน้ำตาลทรายแดงบรรจุ
- เนย 6 ช้อนโต๊ะ
- น้ำเชื่อมข้าวโพดอ่อน 3 ช้อนโต๊ะ
- เบกกิ้งโซดา ¼ ช้อนชา
- วานิลลา ¼ ช้อนชา

คำแนะนำ:

a) นำเมล็ดที่ยังไม่ได้แกะออกจากข้าวโพดคั่ว ในถาดอบขนาด 17x12 x12 นิ้ว รวมป๊อปคอร์น พีแคน และเชอร์รี่เข้าด้วยกัน ในกระทะ 1 quart รวมน้ำตาลทรายแดง เนย และน้ำเชื่อมข้าวโพด

b) ปรุงอาหารและคนด้วยไฟปานกลางจนเนยละลายและส่วนผสม เดือด ปรุงอาหารด้วยไฟอ่อนอีก 5 นาที

c) นำออกจากความร้อน ผัดเบกกิ้งโซดาและวานิลลา

d) เทส่วนผสมลงบนข้าวโพดคั่ว คนเบา ๆ เพื่อให้ส่วนผสมข้าวโพด คั่วเคลือบ

e) อบในเตาอบ 300~ 15 นาที; คน.

f) นำเข้าอบอีก 5-10 นาที นำป๊อปคอร์นใส่ชามใบใหญ่ พักให้เย็น

58. คุกกี้ป๊อปคอร์นฟรุตตี้

วัตถุดิบ:
- ข้าวโพดคั่วบดละเอียด 1 ถ้วยตวง
- น้ำตาล 1 ถ้วยตวง
- ผลไม้แห้งหั่นละเอียดชนิดใดก็ได้ 1 ถ้วยตวง
- ชอร์ตเทนนิ่งละลาย ½ ถ้วย
- นมข้นหวาน ¼ ถ้วยตวง
- น้ำเปล่า ¼ ถ้วยตวง
- ไข่ 1 ฟอง ตีให้เข้ากัน
- แป้ง 1 ถ้วย
- ข้าวโพดป่น 1 ถ้วยตวง
- เกลือ 1 ช้อนชา
- ลูกจันทน์เทศ 1½ ช้อนชา
- 4ts ผงฟู

คำแนะนำ:
a) ร่อนแป้ง ตวง และร่อนด้วยผงฟู ลูกจันทน์เทศ เกลือ และแป้งข้าวโพด ผสมน้ำตาลชอร์ตเทนนิ่ง. เพิ่มไข่
b) เพิ่มนมและน้ำ ผสมให้เข้ากัน ใส่ส่วนผสมของแป้ง ข้าวโพดคั่ว และผลไม้แห้ง
c) ผสมให้เข้ากัน เปิดลงบนกระดานที่โรยแป้งเบา ๆ ม้วนเป็นแผ่นหนา ⅓ นิ้ว ตัดด้วยเครื่องตัดแป้ง วางบนถาดอบที่ทาน้ำมันเล็กน้อย อบในเตาอบร้อน (425 F) ประมาณ 10-12 นาที

59. ลูกป๊อปคอร์นเชดด้ากระเทียม

วัตถุดิบ:

- กระเทียมสด 50 กลีบ
- 2 ช้อนชา เกลือ
- 4 c เชดดาร์ชีสขูดฝอย
- 5 quarts ข้าวโพดคั่ว

คำแนะนำ:

a) ปอกเปลือกกระเทียมและบดกับเกลือเพื่อป้องกันไม่ให้ติดและเพื่อ
ดูดซับน้ำกระเทียม โยนกระเทียมกับชีส ในชามแก้วหรือพลาสติก
ขนาดใหญ่   ทำข้าวโพดคั่วและส่วนผสมของกระเทียม-ชีสสลับชั้น
เคลือบข้าวโพดคั่วให้เท่าๆ กันเท่าที่จะทำได้ โดยเฉพาะที่ขอบชาม

b) วางในเตาอบไมโครเวฟและปรุงอาหารเป็นเวลา 1 นาที เขย่าชาม
เบาๆ หมุน 180 องศาและปรุงอาหารอีก 1 นาที อย่าให้สุกเกินไป เปิด
ออกมาบนแผ่นคุกกี้ทันทีและปั้นเป็นลูกขนาดลูกพลัมอย่างรวดเร็ว
วางลูกบอลบนแผ่นกระดาษแว็กซ์ ทำป๊อปคอร์นได้ 4 โหล

60. โกลเด้นป๊อปคอร์นสแควร์

วัตถุดิบ:
- น้ำตาล 2 ถ้วยตวง
- ไฟไซรัป ½ ถ้วยตวง
- น้ำร้อน 1 ถ้วยตวง
- เกลือ ¼ ช้อนชา

คำแนะนำ:
a) ต้มให้เนื้อนุ่ม เพิ่มวานิลลาและน้ำมะนาว
b) เทป๊อปคอร์นกว่า 5 ควอร์ต อุ่นด้วยถั่วลิสง 1 ถ้วยหรือเนื้อวอลนัท 1 ถ้วย
c) ปิดด้วยน้ำเชื่อมร้อน
d) ผสมและกระจาย ตัดเป็นสี่เหลี่ยม

61. กราโนล่า ป๊อปคอร์น

วัตถุดิบ:
- ¼ ถ้วย เนย
- น้ำผึ้ง 3 ช้อนโต๊ะ
- น้ำตาลทรายแดง 3 ช้อนโต๊ะ
- ป๊อปคอร์น ½ ถ้วยตวง
- ถั่วอบ 1 ถ้วย
- ข้าวโอ๊ตรีด 1 ถ้วย
- มะพร้าวคั่ว 1 ถ้วย
- ลูกเกด 1 ถ้วย

คำแนะนำ:
a) ใส่เนย น้ำผึ้ง และน้ำตาลทรายแดงลงในกระทะขนาดใหญ่

b) ปรุงอาหารด้วยไฟปานกลางจนละลาย
c) เทข้าวโพดคั่ว ถั่ว ข้าวโอ๊ต มะพร้าว และลูกเกดลงไป
d) อบที่ 300~ 30 นาที

62. กราโนล่าป๊อปคอร์นบาร์

วัตถุดิบ:

- ข้าวโพดคั่ว Popped 2 ควอร์ต
- น้ำผึ้ง 1 ถ้วย
- ข้าวโอ๊ต 2 ถ้วย
- ลูกเกด 1 ถ้วย
- ½c อินทผลัมสับ
- ถั่วลิสงคั่วแห้งสับ 1 ถ้วย

คำแนะนำ:

a) อุ่นน้ำผึ้งในกระทะจนบางและเทได้ง่าย

b) ใส่ป๊อปคอร์น ข้าวโอ๊ต ลูกเกด และถั่วลงในชามใบใหญ่แล้วผสมจนเข้ากัน

c) เทน้ำผึ้งลงบนส่วนผสมแล้วคนด้วยช้อนไม้

d) กดลงในกระทะขนาด 9x13 นิ้วที่ทาไขมันแล้ว ปิดด้วยพลาสติกแรป แช่เย็นไว้หลายชั่วโมง กดส่วนผสมให้แน่นก่อนตัดเป็นแท่ง

e) ทำให้ 12

63. ข้าวโพดคั่วเก็บเกี่ยว / ฤดูใบไม้ร่วง

วัตถุดิบ:

- เนยละลาย ⅓ ถ้วยตวง
- 1 ช้อนชาผักชีฝรั่งแห้ง
- น้ำหมักพริกไทยมะนาว 1 ช้อนชา
- วูสเตอร์ซอส 1½ ช้อนชา
- ผงหัวหอม ½ ช้อนชา
- ผงกระเทียม ½ ช้อนชา
- เกลือ ½ ช้อนชา
- ป๊อปคอร์นที่คั่วแล้ว 2 ควอร์ต
- มันฝรั่งเชือกผูกรองเท้า 2 ถ้วย
- ถั่วผสม 1 ถ้วย

คำแนะนำ:

a) รวม 7 ส่วนผสมแรกและผสมให้เข้ากัน เพิ่มส่วนผสมอื่นๆ.

b) โยน / เขย่าจนเข้ากันดี

c) กระจายบนแผ่นคุกกี้

d) นำเข้าอบในเตาอบ 350 ที่อุ่นไว้นาน 6-10 นาที หรือจนเป็นสีน้ำตาลอ่อน คนหนึ่งครั้ง สนุก!!!

64. <u>ป๊อปคอร์นผสมฮาวายเอี้ยน</u>

วัตถุดิบ:
- 3 ถ้วยซีเรียลฮันนี่เกรแฮม
- ถั่วลิสงอบเกลือ 1 ถ้วยตวง
- ลูกเกด 1 ถ้วย
- กล้วยตาก 1 ถ้วยตวง
- มาการีนหรือเนย 2 ช้อนโต๊ะ
- น้ำผึ้ง 2 ช้อนโต๊ะ
- อบเชย ½ ช้อนชา
- เกลือ ¼ ช้อนชา
- ข้าวโพดคั่วป๊อป 4 ถ้วย
- มะพร้าวขูด 1 ถ้วย

คำแนะนำ:
a) เตาอบความร้อนถึง 300F.
b) ผสมซีเรียล ถั่วลิสง ลูกเกด และกล้วยทอดในกระทะเยลลี่โรล
c) นำเนยเทียมและน้ำผึ้งใส่กระทะตั้งไฟอ่อนจนมาการีนละลาย
d) ผัดอบเชยและเกลือ เทส่วนผสมธัญพืช
e) คลุกเคล้าให้เข้ากัน อบ 10 นาที กวนหนึ่งครั้ง ผัดข้าวโพดคั่วและมะพร้าว
f) โรยด้วยเกลือเพิ่มเติมหากต้องการ เก็บในภาชนะที่มีอากาศถ่ายเท ทำให้ 10 ถ้วย

65. ป๊อปคอร์นกัญชาสวรรค์

วัตถุดิบ:

- ¼ ถ้วย เนย
- ช็อกโกแลตชิป 1 ถ้วย
- พีแคนปิ้ง 1 ถ้วย
- ป๊อปคอร์นคั่ว 6 ถ้วย
- มาร์ชเมลโลว์จิ๋ว 4 ถ้วยตวง

คำแนะนำ:

a) ใส่เนย ช็อกโกแลต และถั่วพีแคนลงในกระทะขนาดใหญ่

b) ปรุงอาหารด้วยความร้อนปานกลางจนละลาย   คนบ่อยๆ   เพื่อ
ป้องกันการเผาไหม้ เทข้าวโพดคั่วและมาร์ชเมลโลว์ลงไป

c) คนให้เข้ากัน กระจายบนแผ่นคุกกี้ที่ทาเนยแล้วแช่เย็นให้เย็น

d) สำหรับรูปแบบต่างๆ คุณอาจต้องการใช้บัตเตอร์สก็อตแทนหรือใช้
ช็อกโกแลตขม   ชิ้นช็อคโกแลตสีขาวแทนชิปทำให้ขนมสีขาวสวยซึ่ง
สามารถทาสีและปั้นเป็นรูปเค้กได้   นอกจากนี้ยังสามารถใช้เคลือบ
ลูกอมโยเกิร์ตเพื่อรสชาติที่เข้มข้นยิ่งขึ้น

66. ลูกป๊อปคอร์นวันหยุด

วัตถุดิบ:
- น้ำเชื่อมคาโร ½ pt
- น้ำตาลทรายแดง 1 ½ pt
- เนย 2 ช้อนโต๊ะ
- น้ำส้มสายชู 1 ช้อนชา
- เบกกิ้งโซดา ½ ช้อนชา
- ป๊อปคอร์นประมาณ 6 ควอร์ต

คำแนะนำ:
a) ผสมให้ร้อนจนแข็งตัวเมื่อจุ่มลงในน้ำ
b) ย้ายไปหลังเตา เติมเบกกิ้งโซดาที่ละลายในน้ำ 1 ลิตร แล้วราดเฟรนช์ป๊อปคอร์น
c) จะทำประมาณ 3 โหลลูกบอล

67. <u>ป๊อปคอร์นฮันนี่พีแคน</u>

วัตถุดิบ:
- ป๊อปคอร์นที่คั่วแล้ว 3 ควอร์ต (ไม่มีเมล็ด)
- พีแคน 2 ถ้วยครึ่ง
- น้ำผึ้ง ½ ถ้วยตวง
- เนยหรือมาการีน ½ ถ้วยตวง
- วานิลลา 1 ช้อนชา

คำแนะนำ:

a) เปิดเตาอบที่ 350 องศา F.

b) รวมข้าวโพดคั่วและถั่วในชามกันความร้อนขนาดใหญ่ พักไว้

c) รวมเนย น้ำผึ้ง และวานิลลาในกระทะขนาดเล็ก

d) ปรุงอาหารด้วยไฟปานกลางจนเนยละลาย

e) เทส่วนผสมของน้ำผึ้งลงบนส่วนผสมของป๊อปคอร์น

f) ผัดจนเข้ากัน. แบ่งส่วนผสมและวางบนถาดอบ 2 แผ่น

g) นำเข้าอบ 15 นาที คนทุกๆ 5 นาที จนเป็นสีเหลืองทอง

68. ข้าวโพดคั่วมัสตาร์ดร้อน

วัตถุดิบ:
- ป๊อปคอร์น 2 ควอร์ตคั่วในน้ำมัน ¼ ถ้วยตวง
- มัสตาร์ด 1 ช้อนชา (แห้ง)
- โหระพา ½ ช้อนชา
- พริกไทยดำป่น ¼ ช้อนชา

คำแนะนำ:
a) เก็บข้าวโพดคั่วให้อุ่น
b) ผสมเครื่องปรุงรสเข้าด้วยกัน
c) เพิ่มข้าวโพดคั่วที่แตกแล้วผสมให้เข้ากัน

69. ไอศกรีมป๊อปคอร์นวิช

วัตถุดิบ:
- ป๊อปคอร์นที่คั่วแล้ว 2 ½ ควอร์ต
- น้ำตาลทรายแดง 1 ½ ถ้วยตวง
- น้ำเชื่อมข้าวโพดสีเข้ม ¾ ถ้วยตวง
- เนย ½ ถ้วยตวง
- น้ำส้มสายชู 1 ช้อนโต๊ะ
- เกลือ ½ ช้อนชา
- ชิ้นช็อกโกแลตขนาด 16 ออนซ์
- วอลนัทสับ ½ ถ้วยตวง
- ไอศกรีมวานิลลาสไตล์อิฐ 2 ไพน์

คำแนะนำ:

a) เก็บข้าวโพดคั่วให้อุ่น ใส่น้ำตาลทรายแดง น้ำเชื่อมข้าวโพด เนย น้ำส้มสายชู และเกลือลงในกระทะขนาดสามควอร์ต ปรุงอาหารและคนจนน้ำตาลละลาย

b) ปรุงอาหารต่อไปจนถึงขั้นลูกแข็ง (250 องศาฟาเรนไฮต์บนเครื่องวัดอุณหภูมิลูกอม) เทน้ำเชื่อมลงบนป๊อปคอร์นที่คั่วแล้ว คนให้เข้ากัน

c) เพิ่มชิ้นช็อกโกแลตและถั่ว คนให้เข้ากัน เทลงในพิมพ์ขนาด 13 x 9 x 2 นิ้ว 2 ใบ คลี่และบรรจุให้แน่น

d) เย็น. ในแต่ละกระทะให้ตัดสี่เหลี่ยม 12 อัน ตัดไอศกรีมแต่ละไพน์ออกเป็น 6 ชิ้น แซนวิชไอศกรีมระหว่างสี่เหลี่ยมป๊อปคอร์นสองอัน

70. ป๊อปคอร์นจาเมกา

วัตถุดิบ:
- เนย 3 ช้อนโต๊ะ
- ยี่หร่าบด 1 ช้อนโต๊ะ
- น้ำตาล 1 ช้อนโต๊ะ
- พริกแดงแห้งป่น ½ ช้อนโต๊ะ
- 8 ค ข้าวโพดคั่ว

คำแนะนำ:
a) ในกระทะขนาดใหญ่ ละลายเนยกับน้ำผึ้ง ความร้อน.
b) ผัดส่วนผสมอื่น ๆ ยกเว้นข้าวโพดคั่ว
c) ปรุงอาหารกวนตลอดเวลาจนน้ำตาลละลาย
d) เทข้าวโพดคั่ว โยนให้เคลือบอย่างสม่ำเสมอ
e) เสิร์ฟในครั้งเดียว

71. สวรรค์ข้าวโพดคั่วเจลลี่บีน

วัตถุดิบ:
- ข้าวโพดคั่ว 6 - 8 ถ้วย
- ครีมมาร์ชเมลโล่ 1 กระปุก (7 ออนซ์)
- เนยถั่ว ½ ถ้วยตวง
- ถั่วเยลลี่ขนาดเล็ก 1 ถ้วย

คำแนะนำ:
a) ผสมครีมมาร์ชเมลโล่กับเนยถั่วในชามขนาดใหญ่
b) ผัดข้าวโพดคั่วและเจลลี่บีนจนเคลือบทั่วกัน
c) กดส่วนผสมลงในถาดอบสี่เหลี่ยมขนาด 9 นิ้วที่ทาไขมัน
d) แช่เย็นจนเซ็ตตัวประมาณ 4 ชั่วโมง ตัดเป็นสี่เหลี่ยม

72. ข้าวโพดคั่วป่า

วัตถุดิบ:
- ข้าวโพดคั่ว 8 ถ้วย
- น้ำผึ้ง ½ ถ้วยตวง
- เนย ½ ถ้วยตวง
- อบเชย 1 ช้อนชา
- แครกเกอร์สัตว์ 1 กล่องเล็ก

คำแนะนำ:
a) เปิดเตาอบที่ 300 องศา ใส่ข้าวโพดคั่วลงในกระทะย่างขนาดใหญ่ ละลายน้ำผึ้ง เนย และอบเชยในกระทะขนาดเล็กบนไฟอ่อน ผสมน้ำผึ้งหยดลงบนป๊อปคอร์น ผัดให้ทั่ว
b) อบ 10 ถึง 15 นาที คนทุกๆ 5 นาที
c) นำออกจากเตาอบ วางในชามขนาดใหญ่และเย็น โยนแครกเกอร์สัตว์
d) วิธีไมโครเวฟ: ใส่น้ำผึ้ง เนย และอบเชยลงในแก้วขนาด 2 ถ้วยตวง ไมโครเวฟด้วยไฟแรงจนละลาย ดำเนินการต่อตามข้างต้น

73. Kemtuky Praline Popcorn

วัตถุดิบ:
- 4 quarts Popped ข้าวโพดคั่วอ่อนเค็ม
- พีแคนสับ 2 ถ้วย
- ¾ ถ้วยเนย
- ¾ ถ้วย น้ำตาลทรายแดง

คำแนะนำ:
a) ในชามขนาดใหญ่หรือเครื่องคั่ว ผสมข้าวโพดคั่วและพีแคน
b) รวมเนยและน้ำตาลทรายแดงลงในกระทะ ตั้งไฟ คนผสมป๊อป
คอร์น
c) ผสมให้เข้ากัน

74. Kiddie Popcorn Crunch

วัตถุดิบ:
- 1 ถ้วยน้ำตาลผง
- น้ำ 3 ช้อนโต๊ะ
- เนย 1 ช้อนโต๊ะ
- เกลือเล็กน้อย
- สีผสมอาหาร 2-3 หยด

คำแนะนำ:
a) ผสมส่วนผสมกับลูกบอลอ่อน (225 F) บนเครื่องวัดอุณหภูมิลูกอม
b) เทข้าวโพดคั่วหนึ่งชุด (ประมาณ 8-10 ถ้วย) ผสมให้เข้ากันอย่างรวดเร็ว
c) หากสุกเกินไปจะมีเนื้อสัมผัสที่ละเอียดกว่าน้ำตาล

75. ข้าวโพดคั่วมะนาว

วัตถุดิบ:

- น้ำมันข้าวโพด ¼ ถ้วยตวง
- ข้าวโพดคั่ว ¾ ถ้วยตวง
- ผิวของเลม่อน 1 ผล
- เกลือ
- น้ำมะนาว 2 ช้อนโต๊ะ
- เนยละลาย 2 ช้อนโต๊ะ

คำแนะนำ:

a) ในหม้อใบใหญ่ ให้อุ่นน้ำมันข้าวโพดบนไฟแรงจนน้ำมันมีควัน ใส่เมล็ดข้าวโพดคั่ว 1 เมล็ดและอุ่นจนเมล็ดแตก

b) ใส่ข้าวโพดคั่วที่เหลือ ปิดฝาหม้อ แล้วเขย่าเบา ๆ จนข้าวโพดเริ่มแตกตัว เขย่าแรง ๆ จนกว่าจะหยุดลง

c) นำออกจากความร้อน ผสมน้ำมะนาวกับเนยละลาย

d) โยนป๊อปคอร์นกับผิวเลมอน เกลือ และเนย/น้ำมะนาว

76. ป๊อปคอร์นชะเอมเทศ

วัตถุดิบ:

- 16 ถ้วยป๊อปคอร์น Popped
- น้ำตาล 1 ถ้วยตวง
- น้ำตาลทรายแดง ¼ ถ้วยตวง
- น้ำเปล่า ¼ ถ้วยตวง
- น้ำเชื่อมข้าวโพดอ่อน ½ ถ้วยตวง
- ¼ ถ้วย เนย
- เบกกิ้งโซดา ½ ช้อนชา
- สารสกัดจากโป๊ยกั๊ก ½ ช้อนชา
- 1 ช้อนโต๊ะ สีผสมอาหารสีดำ

คำแนะนำ:

a) วางข้าวโพดคั่วลงในถาดอบขนาดใหญ่ที่ทาเนย ใส่น้ำตาล น้ำ และคอร์นไซรัปลงในกระทะตั้งไฟปานกลางแล้วคนให้เข้ากัน

b) หลังจากส่วนผสมเดือดแล้ว ให้ขูดด้านข้างกระทะ

c) วางเครื่องวัดอุณหภูมิลูกอมในกระทะและปรุงอาหารโดยไม่ต้องกวนต่อไปถึง 250F นำกระทะออกจากความร้อนแล้วคนให้เข้ากันในเนย เบกกิ้งโซดา สารสกัดจากโป๊ยกั๊ก และสีผสมอาหาร

d) เทข้าวโพดคั่วผสมให้เข้ากัน นำเข้าอบเป็นเวลา 1 ชั่วโมงกวนเป็นครั้งคราว เมื่อเย็นแล้วให้เก็บในภาชนะที่มีอากาศถ่ายเท

77. LolliPopcorn เซอร์ไพรส์

วัตถุดิบ:
- 7 ค ข้าวโพดคั่ว
- 3 c มาร์ชเมลโลว์จิ๋ว
- เนย 2 ช้อนโต๊ะ
- เกลือ ¼ ช้อนชา
- สีผสมอาหาร
- 8 อมยิ้ม

คำแนะนำ:
a) ตวงข้าวโพดคั่วลงในชามขนาดใหญ่ที่ทาเนย
b) อุ่นมาร์ชเมลโลว์ เนย และเกลือบนไฟอ่อน คนบ่อยๆ จนละลาย และเนียน
c) ใส่สีผสมอาหาร.
d) เทข้าวโพดคั่วและโยนเบา ๆ
e) ปั้นอมยิ้มเป็นลูกกลมขนาด 3 นิ้ว

78. คุกกี้แมคคอร์นรูน

วัตถุดิบ:

- ป๊อปคอร์น 1 ถ้วย (เอาเมล็ดแข็งๆ ออกให้หมด)
- วอลนัทสับละเอียด 1 ถ้วย
- 3 ไข่ขาว
- 1 ถ้วยน้ำตาลผง
- ¾ ช้อนชา วานิลลา

คำแนะนำ:

a) ใส่ป๊อปคอร์นลงในเครื่องปั่นและสับให้ละเอียด รวมในชามกับถั่ว

b) ตีไข่ขาวจนเป็นฟอง แล้วใส่น้ำตาล ตีจนตั้งยอด

c) ผสมวานิลลาและผสมกับข้าวโพดคั่วและถั่วอย่างระมัดระวัง

d) วางช้อนลงบนแผ่นคุกกี้ที่ทาน้ำมันเล็กน้อย อบในเตาอบที่อุ่นไว้ 300 องศาเป็นเวลา 30 ถึง 35 นาที

79. สี่เหลี่ยมข้าวโพดเมเปิ้ล

วัตถุดิบ:

- เมเปิ้ลหรือน้ำตาลทรายแดง 1 ถ้วยตวง
- น้ำเชื่อมเมเปิ้ล ¼ ถ้วย
- น้ำเปล่า ½ ถ้วยตวง
- เกลือ 1 ช้อนชา
- เนย 1 ช้อนโต๊ะ
- ข้าวโพดคั่ว 1 ควอร์ต

คำแนะนำ:

a) ปรุงน้ำตาล น้ำเชื่อม น้ำ และเกลือถึง 280 (เปราะ)

b) เพิ่มเนยและปรุงอาหารช้าๆถึง 294 องศา

c) ในขณะเดียวกัน บดข้าวโพดคั่วให้หยาบผ่านเครื่องบดเนื้อหรือสับให้ละเอียด

d) เมื่อน้ำเชื่อมสุกยกลงจากเตาแล้วคนในป๊อปคอร์น เทลงบนถาดเยลลี่โรลที่ทาเนยไว้

e) ม้วนด้วยไม้นวดแป้งที่ทาน้ำมัน ตัดเป็นสี่เหลี่ยมหรือแท่ง

80. มาร์ชเมลโล่ครีม ป๊อป คอร์น

วัตถุดิบ:
- ป๊อปคอร์น 8 ถ้วยตวง
- ซีเรียลข้าวพอง 1 ถ้วย
- เนย 3 ช้อนโต๊ะ
- ครีมมาร์ชเมลโล่ 7 ออนซ์

คำแนะนำ:
a) รวมข้าวโพดคั่วและซีเรียลลงในชามขนาดใหญ่ที่ทาน้ำมัน ละลาย
เนยในกระทะขนาดกลางบนไฟอ่อน นำออกจากความร้อน ผัดครีม
มาร์ชเมลโล่ เทส่วนผสมข้าวโพดคั่ว คนให้เข้ากัน กดส่วนผสมลงใน
ถาดอบสี่เหลี่ยมขนาด 9 นิ้วที่ทาไขมัน แช่เย็นจนแข็งประมาณสี่
ชั่วโมง ตัดเป็นแท่ง

81. ป๊อปคอร์นเห็ด

วัตถุดิบ:
- เนย ½ ถ้วยตวง
- เกล็ดหัวหอมแห้ง 1 ช้อนโต๊ะ
- พริกหยวกแห้ง 1 ช้อนโต๊ะ
- เห็ดแห้งหั่นเป็นชิ้นเล็กๆ
- ป๊อปคอร์น ½ ถ้วยตวง
- เกลือ

คำแนะนำ:
a) ละลายเนยในกระทะหนาๆ. ใส่หัวหอมใหญ่ พริกหยวก และเห็ด
แห้งลงไป ผัดไฟปานกลางสักครู่ เทลงบนข้าวโพดคั่ว เพิ่มเกลือ

82. นาโช่ป๊อปคอร์น

วัตถุดิบ:
- ข้าวโพดคั่ว 3 ควอร์ต
- ชิปข้าวโพด 2 ถ้วย
- ¼ ถ้วย เนย
- เครื่องปรุงรสเม็กซิกัน 1 ½ ช้อนชา
- ¾ ถ้วย ชีส, ทาโก้, ฝอย

คำแนะนำ:
a) เตาอบความร้อนที่ 300 F. กระจายข้าวโพดคั่วและข้าวโพดคั่วใน
ถาดอบตื้นที่ปูด้วยกระดาษฟอยล์ ละลายเนยในกระทะขนาดเล็ก ผัด
เครื่องปรุงรสเม็กซิกัน เทส่วนผสมข้าวโพดคั่วและโยนให้เข้ากัน
b) โรยด้วยชีสและโยนให้เข้ากัน นำเข้าอบประมาณ 5 ถึง 7 นาทีจน
ชีสละลาย
c) เสิร์ฟในครั้งเดียว

83. ข้าวโพดคั่วรสส้ม

วัตถุดิบ:
- น้ำส้ม ⅔ ถ้วยตวง
- น้ำตาล 1 ¼ ถ้วยตวง
- ⅛ ถ้วยน้ำเชื่อมข้าวโพดสีขาว
- 1 ส้ม; เปลือกขูด
- ป๊อปคอร์น ½ ถ้วยตวง

คำแนะนำ:
a) ใส่น้ำส้ม น้ำตาล คอร์นไซรัป และเปลือกในกระทะขนาดใหญ่
b) ปรุงอาหารด้วยความร้อนปานกลางถึง 280~ บนเครื่องวัดอุณหภูมิลูกอม
c) เทข้าวโพดคั่ว

84. ข้าวโพดคั่ว Parmesan Chive

วัตถุดิบ:
- ⅔ ค ป๊อปคอร์น
- ⅓ ค. เนย
- ½ ถ้วยกุ้ยช่ายสด
- พาเมซานชีสขูดละเอียด 1 ถ้วยตวง
- เกลือและพริกไทย

คำแนะนำ:
a) ป๊อปข้าวโพดคั่ว ละลายเนย บดพริกไทยลงในเนย (มากเท่าที่คุณ
ต้องการ)
b) สับกุ้ยช่ายและโรยบนป๊อปคอร์นพร้อมกับชีสขูด
c) หยดเนยผสมลงบนป๊อปคอร์นและเกลือ

85. ข้าวโพดคั่วเนยถั่ว

วัตถุดิบ:

- ข้าวโพดคั่ว 2 ควอร์ต
- น้ำตาล ½ ถ้วยตวง
- น้ำเชื่อมข้าวโพดอ่อน ½ ถ้วยตวง
- เนยถั่ว ½ ถ้วยตวง
- วานิลลา ½ ช้อนชา

คำแนะนำ:

a) รวมน้ำตาลและน้ำเชื่อมข้าวโพด
b) ปรุงอาหารจนเดือด
c) นำออกจากความร้อน
d) ใส่เนยถั่วและวานิลลา
e) คนจนเนยถั่วละลาย
f) เทป๊อปคอร์นลงไปคนให้เข้ากัน

86. ถ้วยข้าวโพดคั่วเนยถั่วลิสง

วัตถุดิบ:
- ป๊อปคอร์นที่แตกแล้ว 2 ควอร์ต
- น้ำเชื่อมข้าวโพดอ่อน 1 ถ้วย
- เนยถั่วชนิดครีม ¾ ถ้วยตวง
- ชิ้นช็อคโกแลตกึ่งหวาน ¼ ถ้วย
- ถ้วยเนยถั่วขนาดเล็ก ช็อกโกแลตรูปดาว ช็อกโกแลตเคลือบมินิ แคนดี้ ถั่วลิสงเคลือบแคนดี้

คำแนะนำ:
a) ใส่ป๊อปคอร์นที่คั่วแล้วลงในชามใบใหญ่. อุ่นน้ำเชื่อมข้าวโพดใน กระทะขนาดเล็กจนเดือด ต้ม 3 นาที
b) นำออกจากความร้อน ผัดเนยถั่วและช็อกโกแลตจนเกือบเนียน เท ส่วนผสมของน้ำเชื่อมลงบนข้าวโพดคั่ว โยนให้เข้ากัน
c) ปล่อยให้เย็นประมาณ 8 นาที
d) ใช้ช้อนโต๊ะกองๆ ปั้นส่วนผสมข้าวโพดคั่วให้เป็นก้อนกลม
e) แผ่ออกเล็กน้อยและทำการเยื้องตรงกลางด้วยนิ้วหัวแม่มือของคุณ
f) วางบนกระดาษรองอบที่ทาเนยบางๆ เติมแต่ละศูนย์ด้วยท็อปปิ้งที่ ต้องการ
g) เก็บในภาชนะที่มีฝาปิดมิดชิด

87. เปปเปอร์มินต์ แคนดี้ ป๊อปคอร์น

วัตถุดิบ:
- น้ำเปล่า ½ ถ้วยตวง
- น้ำตาล 1 ถ้วยตวง
- น้ำเชื่อมข้าวโพดสีขาว 3/8 ถ้วย
- เนย 1 ช้อนโต๊ะ
- น้ำมันสะระแหน่
- สีผสมอาหาร 2 หยด
- ข้าวโพดคั่ว ½ ถ้วย - ป๊อปคอร์น

คำแนะนำ:
a) ใส่น้ำ น้ำตาล น้ำเชื่อมข้าวโพด และเนยลงในกระทะหนา
b) ปรุงอาหารด้วยความร้อนปานกลางถึง 280~ บนเครื่องวัดอุณหภูมิลูกอม
c) ใส่น้ำมันเพื่อลิ้มรสและสีผสมอาหาร
d) คนให้เข้ากันแล้วราดข้าวโพดคั่ว

88. ป๊อปคอร์นพริกไทย

วัตถุดิบ:

- น้ำมันข้าวโพด 2 ช้อนโต๊ะ
- 2 กลีบกระเทียมแยก
- เกลือ
- พริกไทยป่น
- เนย 2 ช้อนโต๊ะ ละลาย
- น้ำมันมะกอก 2 ช้อนโต๊ะ
- ข้าวโพดคั่ว ¾ ถ้วยตวง
- 1 กานพลูกระเทียมสับ
- พริกป่น ¼ ช้อนชา
- ซอสพริกร้อน ¼ ถ้วย

คำแนะนำ:

a) ในหม้อใบใหญ่   ให้อุ่นน้ำมันข้าวโพดและน้ำมันมะกอกด้วยไฟแรง จนน้ำมันมีควัน

b) ใส่เมล็ดข้าวโพดคั่ว 1 เมล็ดและอุ่นจนเมล็ดแตก

c) ใส่กลีบกระเทียมที่ผ่าแล้วและข้าวโพดคั่วที่เหลือ ปิดฝาหม้อ แล้วเขย่าเบา ๆ จนข้าวโพดเริ่มแตก

d) เขย่าแรง ๆ จนกว่าจะหยุดลง

e) นำออกจากความร้อน นำกระเทียมออก

f) ผสมซอสพริกไทยร้อนกับเนยละลาย

g) โยนป๊อปคอร์นกับกระเทียมสับ พริกป่น พริกไทยดำ เกลือ และพริกขี้หนู/เนย

89. เพสโต้ป๊อปคอร์น

วัตถุดิบ:
- ป๊อปคอร์นป๊อปคอร์น 5 ควอร์ต
- เนยละลาย ½ ถ้วยตวง
- ใบโหระพาแห้ง 1 ช้อนโต๊ะ
- ผักชีฝรั่งแห้ง 1 ช้อนชา บด
- ผงกระเทียม 1 ช้อนชา
- พาร์เมซานชีส ⅓ ถ้วยตวง
- ถั่วไพน์ ½ ถ้วยตวง

คำแนะนำ:
a) ใส่ข้าวโพดคั่วที่คั่วแล้วลงในชามขนาดใหญ่และอุ่น
b) ในกระทะขนาดเล็ก ละลายเนย; ใส่ใบโหระพา ผักชีฝรั่ง กระเทียม พาร์เมซานชีส และถั่ว ผัดให้เข้ากัน
c) เทป๊อปคอร์นที่คั่วแล้วลงไป คนให้เข้ากัน

90. พีน่าโคลาด้าป๊อปคอร์น

วัตถุดิบ:

- 8 c ป๊อปคอร์นที่คั่วแล้ว
- เนย 2 ช้อนโต๊ะ
- ⅓ c น้ำเชื่อมข้าวโพดอ่อน
- พุดดิ้งกะทิสำเร็จรูป ¼ ถ้วยตวง
- สารสกัดเหล้ารัม ¾ ช้อนชา
- สับปะรดอบแห้งหรือหวานหั่นเต๋า ½ ถ้วยตวง
- มะพร้าว ½ ถ้วยตวง

คำแนะนำ:

a) ในการปิ้งมะพร้าว ให้ทามะพร้าวเป็นชั้นบาง ๆ บนถาดอบตื้น ๆ นำเข้าอบในเตาอบ 250 องศาเป็นเวลา 6 ถึง 7 นาทีหรือจนเป็นสีน้ำตาลอ่อน คนบ่อยๆ

b) นำเมล็ดที่ยังไม่ได้แกะออกจากข้าวโพดคั่ว

c) วางป๊อปคอร์นที่คั่วแล้วลงในถาดอบขนาด 17x12x2 นิ้วที่ทาเนยแล้ว เก็บป๊อปคอร์นอุ่นไว้ในเตาอบ 300 องศาในขณะที่เคลือบ ในกระทะขนาดเล็กละลายเนยหรือมาการีน

d) นำกระทะออกจากความร้อน ผสมน้ำเชื่อมข้าวโพด พุดดิ้งผสมและสารสกัดจากเหล้ารัม นำข้าวโพดคั่วออกจากเตาอบ

e) เทส่วนผสมของไซรัปลงบนป๊อปคอร์น ใช้ช้อนขนาดใหญ่ ค่อยๆ เทป๊อปคอร์นกับน้ำเชื่อมให้เคลือบ อบข้าวโพดคั่วเปิดในเตาอบ 300 องศาเป็นเวลา 15 นาที

f) นำป๊อปคอร์นออกจากเตาอบแล้วคนในสับปะรดแห้งและมะพร้าว

g) อบส่วนผสมข้าวโพดคั่ว, เปิด, อีก 5 นาที

h) พลิกส่วนผสมลงบนแผ่นฟอยล์ขนาดใหญ่ ทำให้ส่วนผสมเย็นลงอย่างสมบูรณ์

91. ข้าวโพดคั่วรสเผ็ด

วัตถุดิบ:
- น้ำมันข้าวโพด 2 ช้อนโต๊ะ
- 2 กลีบกระเทียมบด
- รากขิง 1 ½ นิ้ว ปอกเปลือก สับ
- ข้าวโพดคั่ว 1 ถ้วย
- ¼ ถ้วย เนย
- ซอสพริกร้อน 2 ช้อนชา
- ผักชีฝรั่งสดสับ 2 ช้อนโต๊ะ
- เกลือเพื่อลิ้มรส

คำแนะนำ:
a) อุ่นน้ำมันในกระทะ
b) ใส่กระเทียมบด ขิง และข้าวโพดคั่ว 1 กลีบ คนให้เข้ากัน
c) ปิดฝาและปรุงอาหารด้วยความร้อนสูงปานกลาง 3-5 นาที จับฝาให้แน่นและเขย่ากระทะบ่อยๆ จนหยุดการแตก
d) เปิดข้าวโพดคั่วใส่จาน ทิ้งเมล็ดข้าวโพดที่ยังไม่แตกออก
e) ละลายเนยในกระทะ ผัดกานพลูที่เหลือของกระเทียมบดและซอสพริก
f) กลับข้าวโพดลงในกระทะแล้วโยนให้เข้ากันจนส่วนผสมเคลือบ ใส่ผักชีฝรั่งและเกลือและคนให้เข้ากัน
g) เปลี่ยนเป็นจานเสิร์ฟ เสิร์ฟร้อนหรือเย็น

92. พิซซ่าป๊อปคอร์น

วัตถุดิบ:
- พาร์เมซานชีสขูด 2 ช้อนโต๊ะ
- ผงกระเทียม 1 ช้อนชา
- เครื่องปรุงรสสมุนไพรอิตาเลียน 1 ช้อนชา
- พริกหยวก 1 ช้อนชา
- เกลือ ½ ช้อนชา
- พริกไทย
- ข้าวโพดคั่วร้อน 2 ควอร์ต

คำแนะนำ:
a) ในเครื่องปั่น ปั่นชีส ผงกระเทียม เครื่องปรุงรสอิตาเลียน ปาปริก้า เกลือ และพริกไทย ประมาณ 3 นาที
b) ใส่ข้าวโพดคั่วลงในชามใบใหญ่ โรยด้วยส่วนผสมของชีส
c) โยนให้เคลือบอย่างสม่ำเสมอ

93. ป๊อปคอร์นอาลาคูเลด

วัตถุดิบ:

- น้ำตาล 2 ถ้วยตวง
- น้ำเชื่อมข้าวโพดอ่อน 1 ถ้วย
- ⅔ ถ้วยเนย
- Kool-Aid 2 ห่อ (ไม่หวาน)
- เบกกิ้งโซดา 1 ช้อนชา
- ป๊อปคอร์นที่คั่วแล้ว 6 ควอร์ต

คำแนะนำ:

a) ในกระทะขนาดกลาง รวมน้ำตาล น้ำเชื่อมข้าวโพด และเนย

b) ปรุงอาหารด้วยไฟปานกลางจนส่วนผสมเดือด ต้ม 3 นาที ผสมเบกกิ้งโซดาและ Kool-Aid

c) เทข้าวโพดคั่ว

d) อบที่ 225 องศา 45 นาที คนทุก 10 นาที

e) นำออกจากเตาอบและแยกส่วนทันที หากคุณรีบก็สามารถกดป๊อปคอร์นลงในแม่พิมพ์ตกแต่งได้

94. คลัสเตอร์ข้าวโพดคั่ว

วัตถุดิบ:

- 8 ค ข้าวโพดคั่ว
- น้ำตาล 1 ถ้วยตวง
- ⅓ c น้ำเชื่อมข้าวโพดอ่อน
- ⅓ ค น้ำร้อน
- เกลือ ⅛ ช้อนชา
- วานิลลา ½ ช้อนชา
- เคลือบช็อกโกแลต 1 ปอนด์

คำแนะนำ:

a) ตวงข้าวโพดคั่วลงในชามใบใหญ่. ใส่น้ำตาล น้ำเชื่อม น้ำ และเกลือลงในกระทะใบเล็ก

b) ปิดฝาให้แน่นแล้วนำไปต้ม

c) ถอดฝาออกและเพิ่มเทอร์โมมิเตอร์

d) ปรุงอาหารถึง 270 องศา; นำออกจากเตาแล้วเทลงในวานิลลา

e) เทน้ำเชื่อมที่ปรุงแล้วลงบนข้าวโพดคั่ว คนให้เคลือบข้าวโพด ทำให้เย็นสนิท จากนั้นวิ่งผ่านเครื่องบดสับอาหาร

f) ละลายช็อกโกแลตเคลือบบนหม้อไอน้ำสองครั้ง คนป๊อปคอร์นบดลงในช็อกโกแลต โดยใช้ป๊อปคอร์นมากเท่าที่ช็อกโกแลตจะเก็บได้

g) บรรจุลงในแม่พิมพ์ที่มีช็อกโกแลตเรียงรายหรือม้วนระหว่างกระดาษแว็กซ์แล้วตัดเป็นรูปร่างด้วยคุกกี้หรือมีด ทำประมาณ 50 ชิ้น

95. กองฟางข้าวโพดคั่ว

วัตถุดิบ:
- ป๊อปคอร์น Popped 1 ควอร์ต
- ถั่วลิสง 1 ถ้วย
- บะหมี่ Chow Mein 3 ออนซ์
- 12 ออนซ์ ช็อกโกแลตชิป

คำแนะนำ:

a) โยนข้าวโพดคั่ว   ถั่วลิสง   และเส้นก๋วยเตี๋ยวเข้าด้วยกันในชามใบใหญ่

b) พักไว้

c) วางชิป Choco ลงในชามแก้ว

d) นำเข้าไมโครเวฟด้วยความร้อนสูงเป็นเวลา 3 นาที

e) เทส่วนผสมข้าวโพดคั่ว

f) คลุกเคล้าให้เข้ากัน

g) วางส่วนผสมที่ร่อนไว้หนึ่งช้อนลงบนกระดาษไข.

h) เย็นจนแน่น

i) เก็บในภาชนะที่มีฝาปิดมิดชิด

96. ป๊อปคอร์นฮันนี่บอล

วัตถุดิบ:
- 1 ½ quarts ข้าวโพดคั่วไม่ใส่เนย - เค็ม
- น้ำตาลทรายแดง ½ ถ้วยตวง
- น้ำตาลทรายละเอียด ½ ถ้วยตวง
- น้ำผึ้ง ¼ ถ้วย
- ⅓ ค น้ำ
- เนย 1 ช้อนโต๊ะ

คำแนะนำ:
a) ใส่ข้าวโพดคั่วลงในเตาอบเพื่อให้อุ่น รวมน้ำตาล น้ำผึ้ง และน้ำลง
ในกระทะก้นหนา 2 ควอร์ตที่ทาเนยแล้ว ตั้งไฟช้าๆ คนจนน้ำตาล
ละลาย
b) ปรุงอาหารให้เนื้อแน่น (248 องศา)
c) ใส่เนยลงไปผัดให้พอเข้ากัน ค่อยๆ เทน้ำเชื่อมลงบนป๊อปคอร์น
คลุกเคล้าให้เข้ากัน ปั้นเป็นลูกกลมด้วยมือที่ทาเนย
d) ทำให้ประมาณ 12

97. ป๊อปคอร์นอิตาเลี่ยน

วัตถุดิบ:
- เนย 2 ช้อนโต๊ะ
- 1 กานพลูกระเทียมสับ
- ใบออริกาโนแห้ง ½ ช้อนชา
- 8 ค. ป๊อปคอร์นร้อน
- พาร์มีซานชีสขูด 2 ช้อนโต๊ะ

คำแนะนำ:
a) ในกระทะซอสขนาด 1 ½ ควอร์ตบนไฟร้อนปานกลาง ใส่เนยร้อน
ปรุงกระเทียมกับออริกาโน
b) ในชามขนาดใหญ่ให้ผสมเนยกับข้าวโพดคั่ว โยนกับชีส

98. มาการองป๊อปคอร์น

วัตถุดิบ:
- 3 ไข่ขาว
- เกลือ
- ผงฟู ½ ช้อนชา
- มะพร้าว 1 ถ้วย; ย่าง
- ข้าวโพดคั่ว 1 ถ้วย; โผล่ - สับในเครื่องปั่น

คำแนะนำ:
a) ตีไข่ขาวจนเป็นฟอง ใส่เกลือและผงฟู ตีจนแข็ง
b) ใส่มะพร้าวคั่วและข้าวโพดคั่วสับลงไป
c) หยดทีละช้อนชาลงบนแผ่นคุกกี้ที่ทาไขมัน
d) อบที่ 350~ 15 นาที จนเป็นสีน้ำตาลอ่อน

99. มัฟฟินข้าวโพดคั่ว

วัตถุดิบ:

- แป้ง 1 ½ ถ้วยตวง
- น้ำตาล 1 ช้อนโต๊ะ
- ข้าวโพดคั่วป่น ¾ ถ้วยตวง
- ชอร์ตเทนนิ่งละลาย 2 ช้อนโต๊ะ
- ผงฟู 3 ช้อนชา
- นม 1 ถ้วย
- เกลือ 1 ช้อนชา
- ไข่ 1 ฟอง ตีให้เข้ากัน

คำแนะนำ:

a) ร่อนแป้ง ตวง และร่อนผงฟู เกลือ และน้ำตาล
b) ใส่นม ข้าวโพดคั่ว ไข่ และชอร์ตเทนนิ่ง
c) เติมพิมพ์มัฟฟินที่ทาน้ำมันอย่างดี ⅔ ให้เต็ม
d) อบในเตาอบร้อน (435ø F) 25 นาที 6 เสิร์ฟ

100. ข้าวโพดคั่วแบบแท่ง / ไอติม

วัตถุดิบ:
- 16 ไม้เสียบ/ไม้เสียบ
- ⅔ ถ้วยป๊อปคอร์นที่ยังไม่แกะ
- ถั่วลิสง 1 ถ้วย
- กากน้ำตาล 1 ถ้วย
- น้ำตาล 1 ถ้วย
- เกลือ 1 ช้อนชา

คำแนะนำ:

a) รวมข้าวโพดคั่วและถั่วลิสงลงในชามหรือกระทะขนาดใหญ่   ใน
กระทะขนาด 2 ควอร์ต ใส่กากน้ำตาล น้ำตาลและเกลือ ปรุงอาหาร
ด้วยไฟปานกลางถึงลูกแข็ง (260 องศา)

b) เทน้ำเชื่อมลงบนข้าวโพดคั่วและถั่วอย่างช้าๆ   คนจนส่วนผสม
เคลือบกันดี

c) กดลงในแก้วเครื่องดื่มเย็น 5 ออนซ์

d) ใส่ไม้เสียบในแต่ละอันแล้วปล่อยให้เย็น

e) กดที่ก้นถ้วยเพื่อถอดออก ทำให้ประมาณ 16

บทสรุป

หนังสือเล่มนี้ได้พลิกโฉมข้าวโพดคั่วรสเลิศด้วยการพลิกแพลงที่
สร้างสรรค์และอร่อย ป๊อปคอร์นที่ทาเนยจะดูเหมือนหิวโหยหลังจาก
กินขนมอย่างเต่าบราวนี่ป๊อปคอร์น ป๊อปคอร์นสตรอว์เบอร์รีเคลือบ
ช็อกโกแลต และป๊อปคอร์นเบคอนแรนช์! นี่คือหนังสือที่สมบูรณ์แบบ
สำหรับการชมภาพยนตร์ในคืนวันศุกร์!